SÁCH NẤU ẨM ĐẸP NHẤT HAWAIIAN

Khám phá ẩm thực sôi động của quần đảo Hawaii - Từ món ăn truyền thống được yêu thích đến món ăn hiện đại

Diệp Lê

MỤC LỤC

GIỚI THIỆ U

Chào mừng đến với thế giới đầy mê hoặc của ẩm thực Hawaii! Trong cuốn sách nấu ăn này, chúng tôi mời bạn tham gia vào cuộc hành trình ẩm thực đến thiên đường nhiệt đới của Quần đảo Hawaii. Với sự pha trộn độc đáo giữa ảnh hưởng văn hóa và tài nguyên thiên nhiên phong phú, ẩm thực Hawaii mang đến sự kết hợp thú vị giữa hương vị, màu sắc và mùi thơm sẽ đưa vị giác của bạn đến những bãi biển ngập nắng và phong cảnh tươi tốt.

Quần đảo Hawaii không chỉ được biết đến với vẻ đẹp thiên nhiên tuyệt đẹp mà còn bởi di sản ẩm thực phong phú. Từ các món ăn truyền thống của Hawaii bắt nguồn từ truyền thống của người Polynesia cho đến những cách chế biến hiện đại lấy cảm hứng từ cộng đồng người nhập cư đa dạng, ẩm thực Hawaii thực sự là nơi hội tụ nhiều hương vị. Trong cuốn sách nấu ăn này, chúng tôi tôn vinh tấm thảm ẩm thực sôi động và đa dạng của các hòn đảo, đồng thời giới thiệu cho bạn bộ sưu tập các công thức nấu ăn thể hiện bản chất của cách nấu ăn Hawaii.

Trong các trang này, bạn sẽ khám phá một kho tàng công thức nấu ăn thể hiện hương vị độc đáo của các hòn đảo. Từ các món ăn mang tính biểu tượng như thịt lợn Kalua và bát chọc cho đến các món hải sản hấp dẫn và món tráng miệng nhiệt đới, chúng tôi đã tuyển chọn một bộ sưu tập phản ánh truyền thống ẩm thực đa dạng của Hawaii. Cho dù bạn đang tìm kiếm hương vị món ăn Hawaii đích thực hay muốn thêm chút hương vị của hòn đảo vào công việc nấu ăn hàng ngày của mình, cuốn sách nấu ăn này đều có thứ gì đó dành cho tất cả mọi người.

Nhưng cuốn sách nấu ăn này không chỉ là tập hợp các công thức nấu ăn. Chúng tôi cũng đi sâu vào lịch sử phong phú và ý nghĩa văn hóa đằng sau ẩm thực Hawaii, cung cấp những hiểu biết sâu sắc về nguyên liệu, kỹ thuật nấu ăn và phong tục hình thành nên văn hóa ẩm thực của hòn đảo. Chúng tôi sẽ hướng dẫn bạn cách sử dụng nguyên liệu địa phương, giới thiệu cho bạn các phương pháp nấu ăn truyền thống và chia sẻ các mẹo để tạo ra trải nghiệm ẩm thực Hawaii đích thực tại nhà riêng của bạn.

Vì vậy, cho dù bạn đang tổ chức một buổi tụ tập theo chủ đề Hawaii, đang tìm kiếm nguồn cảm hứng cho bữa ăn gia đình hay chỉ đơn giản là thêm hương vị thiên đường, hãy để Sách Nấu Ẩm Đẹp Nhất Hawaiian làm kim chỉ nam cho bạn. Hãy sẵn sàng đắm mình trong hương vị sôi động của Hawaii và bắt tay vào cuộc phiêu lưu ẩm thực sẽ đưa bạn đến bờ Thái Bình Dương.

BỮA SÁNG

1.Bột yến mạch Hawaii với dứa và dừa

THÀNH PHẦN:

- 2 chén yến mạch kiểu cũ
- 3 cốc nước
- 1/2 thìa cà phê muối kosher
- 1/3 chén hạnh nhân thái lát hoặc hồ đào cắt nhỏ
- 1/2 chén miếng dứa

PHỦ BÊN TRÊN THỨC ĂN

- 3 - 4 thìa cà phê đường nâu nhạt tùy chọn
- 1/4 chén miếng dứa
- 1/4 chén dừa ngọt hoặc nướng
- 2 muỗng canh hạnh nhân cắt lát hoặc hồ đào cắt nhỏ

HƯỚNG DẪN:

a) Kết hợp yến mạch, nước, muối, các loại hạt và dứa vào nồi cỡ vừa trên lửa vừa cao.

b) Đun sôi rồi giảm nhỏ lửa.

c) Đun nhỏ lửa trong 3-5 phút cho đến khi bột yến mạch đặc lại.

d) Múc ra bát, rắc đường và rắc các loại topping tùy thích. Thưởng thức!

2. Bánh mì nướng kiểu Pháp bí ngô Hawaii

THÀNH PHẦN:

- 1 ổ bánh mì Pháp, Ý, challah hoặc Hawaii, cắt thành lát 1 inch
- 3 quả trứng, đánh đập
- 1½ cốc sữa
- 1 cốc rưỡi
- ½ cốc trứng thay thế
- 1 muỗng canh gia vị bánh bí ngô
- 1 muỗng cà phê chiết xuất vani
- ¼ thìa cà phê muối
- ½ chén đường nâu, đóng gói
- 1 muỗng canh bơ, thái lát

HƯỚNG DẪN:

a) Xếp các lát bánh mì vào đáy chảo nướng 13"x9" đã phết mỡ.

b) Đánh đều trứng, sữa, nửa rưỡi, chất thay thế trứng, gia vị, vani và muối. Khuấy đường nâu; đổ hỗn hợp lên lát bánh mì.

c) Để lạnh, đậy nắp, qua đêm. Chấm bơ lên trên và nướng, không đậy nắp, ở nhiệt độ 350 độ trong 40 đến 45 phút.

3.Bánh mì Hawaii yến mạch

THÀNH PHẦN:

- 4 quả trứng
- 1½ cốc đường
- 2½ chén bột mì
- 2½ cốc (20 oz.) dứa nghiền, để ráo nước
- 3 cốc (10 oz.) dừa
- 2 thìa cà phê Soda
- 1½ cốc yến mạch
- 2 thìa cà phê muối

HƯỚNG DẪN:

a) Trộn trứng, đường và đánh cho đến khi nhạt màu. Rây bột mì, muối và soda; thêm vào hỗn hợp trứng và đánh cho đến khi mịn.

b) Thêm phần còn lại của các thành phần và trộn đều.

c) Múc từng thìa vào chảo ổ bánh mì 9x5 đã phết dầu mỡ và rắc bột mì. Nướng ở 325 độ trong 1 giờ.

d) Lấy ra khỏi chảo ngay lập tức.

4.Trứng tráng kiểu Hawaii

THÀNH PHẦN:

- 3 quả trứng
- 2 thìa nước cốt dừa
- ¼ chén dứa thái hạt lựu
- ¼ chén ớt chuông thái hạt lựu
- ¼ chén hành đỏ thái hạt lựu
- ¼ chén phô mai vụn (cheddar hoặc mozzarella)
- 1 muỗng canh rau mùi tươi xắt nhỏ
- Muối và hạt tiêu cho vừa ăn
- Bơ hoặc dầu để nấu ăn

HƯỚNG DẪN:

a) Trong một cái bát, đánh đều trứng, nước cốt dừa, muối và hạt tiêu.

b) Đun nóng chảo chống dính trên lửa vừa và thêm một ít bơ hoặc dầu để phủ lên bề mặt.

c) Đổ hỗn hợp trứng vào chảo và nấu trong một phút cho đến khi các cạnh bắt đầu cứng lại.

d) Rắc dứa thái hạt lựu, ớt chuông, hành tím, phô mai cắt nhỏ và ngò cắt nhỏ lên một nửa món trứng tráng.

e) Dùng thìa gấp nửa còn lại của món trứng tráng lên trên phần nhân.

f) Nấu thêm một phút nữa hoặc cho đến khi phô mai tan chảy và trứng tráng chín.

g) Gắp trứng tráng ra đĩa và dùng nóng.

h) Thưởng thức hương vị Hawaii của món trứng tráng thơm ngon!

5.Bánh ăn tráng ngôn ngữ Dứa Chia

THÀNH PHẦN:

- 1 lon nước cốt dừa (13,5 ounce)
- 1 cốc sữa chua Hy Lạp nguyên chất 2%
- ½ cốc hạt chia
- 2 thìa mật ong
- 2 thìa đường
- 1 muỗng cà phê chiết xuất vani
- Một chút muối kosher
- 1 cốc xoài thái hạt lựu
- 1 cốc dứa thái hạt lựu
- 2 muỗng canh dừa vụn

HƯỚNG DẪN:

a) Trong một tô lớn, trộn đều nước cốt dừa, sữa chua, hạt chia, mật ong, đường, vani và muối cho đến khi hòa quyện.

b) Chia đều hỗn hợp vào bốn lọ thủy tinh (16 ounce).

c) Đậy nắp và để lạnh qua đêm hoặc tối đa 5 ngày.

d) Ăn nguội, rắc xoài và dứa lên trên, rắc dừa.

6.Bánh mì nướng kiểu Pháp kiểu Hawaii

THÀNH PHẦN:

- 4 lát bánh mì
- 2 quả trứng
- ½ cốc nước cốt dừa
- 1 muỗng cà phê chiết xuất vani
- 1 muỗng canh mật ong hoặc xi-rô cây phong
- Chút muối
- Chuối và xoài cắt lát để phủ lên trên
- Xi-rô phong hoặc mật ong để làm mưa phùn

HƯỚNG DẪN:

a) Trong một cái bát nông, đánh trứng, nước cốt dừa, chiết xuất vani, mật ong hoặc xi-rô cây thích và muối.

b) Nhúng từng lát bánh mì vào hỗn hợp trứng, để ngấm vài giây mỗi mặt.

c) Làm nóng chảo chống dính hoặc vỉ nướng trên lửa vừa và bôi nhẹ bơ hoặc dầu.

d) Chiên các lát bánh mì đã ngâm trong chảo cho đến khi vàng nâu cả hai mặt.

e) Chuyển bánh mì nướng kiểu Pháp vào đĩa phục vụ.

f) Phủ chuối và xoài thái lát lên trên.

g) Rắc với xi-rô cây thích hoặc mật ong.

h) Thưởng thức món bánh mì nướng kiểu Pháp cổ điển mang hương vị Hawaii!

7.Bánh quế vàng với trái cây Hawaii

THÀNH PHẦN:

Bơ chà là

- 1 thanh bơ lạt, nhiệt độ phòng
- 1 cốc chà là cắt nhỏ

BÁNH QUẾ

- 1 ½ chén bột mì đa dụng
- 1 chén bột semolina xay thô
- ¼ cốc đường cát
- 2 ½ thìa cà phê bột nở
- ½ muỗng cà phê baking soda
- ¾ thìa cà phê muối thô
- 1 ¾ cốc sữa nguyên chất, nhiệt độ phòng
- ⅓ cốc kem chua, nhiệt độ phòng
- 1 que bơ không muối, đun chảy
- 2 quả trứng lớn, nhiệt độ phòng
- 1 muỗng cà phê chiết xuất vani nguyên chất
- Bình xịt nấu ăn bằng dầu thực vật
- Kiwi cắt lát và trái cây họ cam quýt, quả hồ trăn cắt nhỏ và xi-rô phong nguyên chất để phục vụ

HƯỚNG DẪN:

Bơ NGÀY:

a) Cho bơ và chà là vào máy xay thực phẩm, cạo các mặt một vài lần cho đến khi mịn và kết hợp. Bơ chà là có thể được làm trước một tuần và bảo quản trong tủ lạnh; Mang đến nhiệt độ phòng trước khi sử dụng.

BÁNH QUẾ:

b) Trộn đều bột mì, đường, bột nở, baking soda và muối trong một tô lớn. Trong một bát riêng, trộn sữa, kem chua, bơ, trứng và vani.

c) Trộn hỗn hợp sữa vào hỗn hợp bột chỉ để kết hợp.

d) Làm nóng trước bàn ủi bánh quế. Phủ một lớp mỏng bình xịt nấu ăn. Đổ 1 ¼ cốc bột cho mỗi chiếc bánh quế vào giữa bàn ủi, để bột dàn đều ra các cạnh.

e) Đậy nắp và nấu cho đến khi có màu vàng nâu và giòn, từ 6 đến 7 phút.

f) Lấy bàn ủi ra và nhanh chóng quăng giữa hai bàn tay vài lần để giải phóng hơi nước và giúp giữ được độ giòn, sau đó chuyển sang giá lưới đặt trên khay nướng có viền; giữ ấm trong lò nướng 225 độ cho đến khi sẵn sàng phục vụ.

g) Lặp lại việc phủ thêm một lớp xịt nấu ăn lên bàn ủi giữa các mẻ.

Ăn kèm với bơ chà là, trái cây, quả hồ trăn và xi-rô.

8.Bánh crepe trái cây Hawaii

THÀNH PHẦN:

- 4 ounce Bột mì nguyên chất, đã rây
- 1 nhúm muối
- 1 thìa cà phê đường bột
- 1 quả trứng, cộng thêm một lòng đỏ
- ½ lít sữa
- 2 thìa bơ tan chảy
- 4 ounce đường
- 2 muỗng canh rượu mạnh hoặc rượu rum
- 2½ cốc hỗn hợp trái cây Hawaii

HƯỚNG DẪN:

a) Để làm bột bánh Crêpe, cho bột mì, muối và đường bột vào tô rồi trộn đều.

b) Từ từ đánh trứng, sữa và bơ vào. Để yên trong ít nhất 2 giờ.

c) Làm nóng chảo rán đã phết một ít dầu, khuấy bột và dùng để làm 8 chiếc bánh Crêpe. Giữ ấm.

d) Để làm nhân, cho hỗn hợp trái cây Hawaii vào nồi với đường và đun nóng nhẹ cho đến khi đường tan.

e) Đun sôi và đun nóng cho đến khi đường caramen. Thêm rượu mạnh.

f) Đổ trái cây vào từng chiếc bánh Crêpe và dùng ngay với kem hoặc creme fraiche.

9.Bánh bánh ăn tráng ngôn ngữ dừa Hawaii

THÀNH PHẦN:

- ¾ chén yến mạch không chứa gluten kiểu cũ
- ½ chén dừa nạo không đường
- 2 cốc nước
- 1¼ cốc nước cốt dừa
- ½ muỗng cà phê quế xay
- 1 quả chuối, thái lát

HƯỚNG DẪN:

a) Dùng tô trộn đều yến mạch, dừa và nước. Che và thư giãn qua đêm.
b) Chuyển hỗn hợp vào một cái chảo nhỏ.
c) Thêm sữa và quế vào đun nhỏ lửa trong khoảng 12 phút trên lửa vừa.
d) Tắt bếp và để yên trong 5 phút.
e) Chia vào 2 bát và đặt những lát chuối lên trên.

10.Bánh kếp Hawaii

THÀNH PHẦN:

- 1¾ chén yến mạch cán kiểu cũ
- 1½ muỗng cà phê bột nở
- 1 muỗng cà phê baking soda
- ½ muỗng cà phê quế
- ¼ thìa cà phê muối
- 1 quả chuối chín vừa, nghiền
- 2 muỗng canh dầu dừa, tan chảy
- 1 muỗng canh si-rô phong
- 1 trứng lớn
- 1 muỗng cà phê chiết xuất vani
- ¾ cốc sữa ít béo 2%
- ½ cốc nước cốt dừa nguyên béo đóng hộp
- ½ chén dứa thái hạt lựu
- ½ chén xoài thái hạt lựu

HƯỚNG DẪN:

a) Cho tất cả nguyên liệu trừ dứa và xoài vào máy xay.

b) Nghiền hỗn hợp trong máy xay cho đến khi bạn có được chất lỏng mịn.

c) Đổ bột bánh pancake vào tô lớn.

d) Khuấy dứa và xoài.

e) Để bột nghỉ khoảng 5 đến 10 phút. Điều này cho phép tất cả các thành phần kết hợp với nhau và làm cho bột có độ đặc tốt hơn.

f) Xịt một lớp dầu thực vật lên chảo chống dính hoặc vỉ nướng rồi đun trên lửa vừa và nhỏ.

g) Khi chảo đã nóng, dùng cốc đong ¼ cốc cho bột vào và đổ bột vào chảo để làm bánh pancake. Dùng cốc đong để tạo hình cho bánh pancake.

h) Nấu cho đến khi các mặt se lại và hình thành bong bóng ở giữa (khoảng 2 đến 3 phút), sau đó lật bánh.

i) Sau khi bánh đã chín ở mặt đó, hãy lấy bánh ra khỏi bếp và đặt bánh lên đĩa.

11. Bát sữa chua Hawaii

THÀNH PHẦN:

- Dứa miếng, thái lát
- Kiwi, thái lát
- lát xoài
- ½ cốc sữa chua Hy Lạp
- Dừa vụn
- hạt phỉ cắt nhỏ

HƯỚNG DẪN:

a) Trong một cái bát, múc Sữa chua Hy Lạp vào và phủ trái cây và các loại đồ phủ khác lên trên.

12. Bát sinh tố trái cây Hawaii

THÀNH PHẦN:

- 1 quả chuối chín
- 1 chén xoài đông lạnh
- 1 chén dứa đông lạnh
- ½ cốc nước cốt dừa
- Topping: kiwi thái lát, dừa vụn, granola, hạt chia

HƯỚNG DẪN:

a) Trong máy xay sinh tố, trộn chuối, xoài, dứa và nước cốt dừa.
b) Trộn cho đến khi mịn và kem.
c) Đổ sinh tố vào tô.
d) Phủ kiwi thái lát, dừa vụn, granola và hạt chia lên trên.
e) Thưởng thức bát sinh tố trái cây Hawaii sảng khoái của bạn!

13.Bánh xèo xoài dừa

THÀNH PHẦN:

- 1 cốc bột mì đa dụng
- 1 thìa đường
- 1 thìa cà phê bột nở
- ½ muỗng cà phê baking soda
- ¼ thìa cà phê muối
- 1 cốc nước cốt dừa
- ½ chén xoài xay nhuyễn
- 1 quả trứng
- 2 muỗng canh bơ tan chảy
- Xoài thái lát để làm topping

HƯỚNG DẪN:

a) Trong một cái bát, trộn đều bột mì, đường, bột nở, baking soda và muối.

b) Trong một bát khác, trộn nước cốt dừa, xoài xay nhuyễn, trứng và bơ tan chảy.

c) Đổ nguyên liệu ướt vào nguyên liệu khô và khuấy đều cho đến khi vừa kết hợp.

d) Làm nóng chảo chống dính hoặc vỉ nướng trên lửa vừa và bôi nhẹ bơ hoặc dầu.

e) Đổ ¼ cốc bột lên chảo cho mỗi chiếc bánh.

f) Nấu cho đến khi nổi bong bóng trên bề mặt thì lật mặt kia và chiên cho đến khi có màu vàng nâu.

g) Dọn bánh xèo dừa xoài với xoài thái lát lên trên.

h) Hãy thưởng thức hương vị Hawaii của những chiếc bánh bông xốp này!

14. Bát Acai Hawaii

THÀNH PHẦN:

- 2 gói acai đông lạnh
- 1 quả chuối chín
- ½ cốc quả hỗn hợp đông lạnh
- ½ cốc nước dừa hoặc sữa hạnh nhân
- Lớp trên: chuối thái lát, kiwi, quả mọng, granola, dừa vụn

HƯỚNG DẪN:

a) Trong máy xay sinh tố, trộn các gói acai đông lạnh, chuối chín, quả hỗn hợp đông lạnh và nước dừa hoặc sữa hạnh nhân cho đến khi mịn và đặc.

b) Đổ hỗn hợp acai vào tô.

c) Phủ chuối thái lát, kiwi, quả mọng, granola và dừa vụn lên trên.

d) Sắp xếp các lớp phủ bên trên theo ý muốn lên trên hỗn hợp acai.

e) Phục vụ ngay và thưởng thức bát acai Hawaii sảng khoái và bổ dưỡng!

15.Bát ăn sáng Dừa Xoài Quinoa

THÀNH PHẦN:

- ½ chén quinoa nấu chín
- ¼ cốc nước cốt dừa
- 1 quả xoài chín, thái hạt lựu
- 2 muỗng canh dừa vụn
- 1 muỗng canh mật ong hoặc xi-rô cây phong
- Topping tùy chọn: hạnh nhân cắt lát, hạt chia

HƯỚNG DẪN:

a) Trong một cái bát, trộn quinoa đã nấu chín, nước cốt dừa, xoài thái hạt lựu, dừa vụn và mật ong hoặc xi-rô cây thích.

b) Khuấy đều để trộn tất cả các thành phần.

c) Nếu muốn, hãy thêm các lớp phủ bổ sung như hạnh nhân thái lát và hạt chia.

d) Hãy thưởng thức hương vị Hawaii của món ăn sáng quinoa xoài dừa bổ dưỡng này!

16. Parfait đu đủ chanh ăn sáng

THÀNH PHẦN:

- 1 quả đu đủ chín, thái hạt lựu
- Nước ép 1 quả chanh
- 1 cốc sữa chua Hy Lạp
- ¼ cốc ngũ cốc
- 2 muỗng canh mật ong hoặc xi-rô cây phong
- Lá bạc hà tươi để trang trí

HƯỚNG DẪN:

a) Trong một cái bát, trộn đu đủ thái hạt lựu và nước cốt chanh. Đảo nhẹ nhàng để đu đủ thấm nước cốt chanh.

b) Khi phục vụ ly hoặc bát, hãy xếp hỗn hợp đu đủ, sữa chua Hy Lạp và granola vào.

c) Rưới mật ong hoặc siro phong lên trên.

d) Trang trí bằng lá bạc hà tươi.

e) Hãy thưởng thức món parfait chanh đu đủ thơm ngon và sảng khoái cho bữa sáng!

17.Bữa sáng kiểu Hawaii Bánh burrito

THÀNH PHẦN:

- 2 bánh tortilla lớn
- 4 quả trứng bác
- ½ chén dứa thái hạt lựu
- ½ chén ớt chuông thái hạt lựu
- ¼ chén hành đỏ thái hạt lựu
- ¼ chén phô mai vụn (cheddar hoặc mozzarella)
- Rau mùi tươi để trang trí
- Muối và hạt tiêu cho vừa ăn
- Nước xốt hoặc nước sốt nóng để phục vụ (tùy chọn)

HƯỚNG DẪN:

a) Trong chảo, nấu trứng bác cho đến khi chín. Nêm với muối và hạt tiêu.

b) Làm ấm bánh ngô trong chảo hoặc lò vi sóng riêng.

c) Chia trứng bác, dứa thái hạt lựu, ớt chuông thái hạt lựu, hành tím thái hạt lựu và phô mai vụn vào giữa các bánh ngô.

d) Gấp các cạnh của bánh ngô lại và cuộn chúng lại để tạo thành bánh bánh burritos.

e) Tùy chọn: Nướng nhẹ bánh bánh burritos trong chảo để làm giòn chúng.

f) Trang trí với rau mùi tươi.

g) Ăn kèm với nước xốt hoặc sốt nóng nếu muốn.

h) Hãy thưởng thức món bánh burrito ăn sáng cổ điển theo phong cách Hawaii!

18.bánh mì chuối dừa

THÀNH PHẦN:

- 2 quả chuối chín, nghiền nhuyễn
- ½ cốc nước cốt dừa
- ¼ chén dầu dừa tan chảy
- ¼ cốc mật ong hoặc xi-rô cây phong
- 1 muỗng cà phê chiết xuất vani
- 1 ¾ chén bột mì đa dụng
- 1 thìa cà phê bột nở
- ½ muỗng cà phê baking soda
- ¼ thìa cà phê muối
- ¼ chén dừa vụn
- Tùy chọn: ½ chén hạt Hawaii cắt nhỏ

HƯỚNG DẪN:

a) Làm nóng lò nướng ở nhiệt độ 350°F (175°C) và bôi mỡ vào chảo bánh mì.

b) Trong một tô lớn, trộn chuối nghiền, nước cốt dừa, dầu dừa đun chảy, mật ong hoặc xi-rô phong và chiết xuất vani. Trộn đều.

c) Trong một bát riêng, trộn đều bột mì, bột nở, baking soda và muối.

d) Dần dần thêm các thành phần khô vào các thành phần ướt, khuấy đều cho đến khi vừa kết hợp.

e) Cho dừa nạo và các loại hạt cắt nhỏ vào (nếu dùng).

f) Đổ bột vào khuôn bánh mì đã chuẩn bị sẵn và dàn đều.

g) Nướng trong 45-55 phút hoặc cho đến khi cắm tăm vào giữa và thấy tăm sạch.

h) Lấy ra khỏi lò và để bánh chuối dừa nguội trong chảo vài phút.

i) Chuyển bánh mì sang giá lưới để nguội hoàn toàn.

j) Cắt lát và phục vụ món bánh mì chuối dừa Hawaii thơm ngon.

19. Tacos ăn sáng kiểu Hawaii

THÀNH PHẦN:

- 4 bánh ngô nhỏ
- 4 quả trứng bác
- ½ chén dứa thái hạt lựu
- ¼ chén ớt chuông đỏ thái hạt lựu
- ¼ chén hành đỏ thái hạt lựu
- ¼ chén ngò tươi xắt nhỏ
- Nước ép 1 quả chanh
- Muối và hạt tiêu cho vừa ăn
- Topping tùy chọn: bơ thái lát, nước xốt, sốt cay

HƯỚNG DẪN:

a) Trong một bát, trộn dứa thái hạt lựu, ớt chuông đỏ, hành tím, ngò, nước cốt chanh, muối và tiêu. Trộn đều.

b) Làm ấm bánh ngô trong chảo hoặc lò vi sóng.

c) Đổ trứng bác vào từng bánh tortilla và phủ nước xốt dứa Hawaii lên trên.

d) Thêm các loại topping tùy chọn như bơ cắt lát, nước xốt hoặc sốt nóng.

e) Phục vụ món tacos ăn sáng kiểu Hawaii ngon miệng.

20.Bánh mì nướng bơ Hawaii

THÀNH PHẦN:

- 2 lát bánh mì nguyên hạt, nướng
- 1 quả bơ chín, gọt vỏ và bỏ hột
- Nước cốt ½ quả chanh
- ¼ chén dứa thái hạt lựu
- ¼ chén xoài thái hạt lựu
- 1 muỗng canh rau mùi tươi xắt nhỏ
- Muối và hạt tiêu cho vừa ăn
- Lớp phủ tùy chọn: củ cải thái lát, rau xanh hoặc phô mai feta

HƯỚNG DẪN:

a) Trong một cái bát, dùng nĩa nghiền nát quả bơ chín.

b) Thêm nước cốt chanh, dứa thái hạt lựu, xoài thái hạt lựu, ngò xắt nhỏ, muối và tiêu.

c) Trộn đều cho đến khi tất cả các thành phần được kết hợp.

d) Trải đều hỗn hợp bơ lên các lát bánh mì nướng.

e) Phủ lên trên các lớp phủ tùy chọn nếu muốn, chẳng hạn như củ cải thái lát, rau xanh hoặc phô mai feta vụn.

f) Phục vụ bánh mì nướng bơ Hawaii như một món ăn nhẹ hoặc bữa ăn nhẹ ngon miệng và thỏa mãn.

g) Thưởng thức món bơ kem kết hợp với trái cây Hawaii ngọt ngào và thơm ngon!

MÓN KHAI THÁC VÀ MÓN ĂN VẶT

1.Tôm xiên Hawaii

THÀNH PHẦN:

- 1/2 pound tôm, bóc vỏ, bỏ chỉ và chưa nấu chín
- 1/2 pound sò điệp bay hoặc biển
- 1 lon dứa ngâm nước ép
- 1 quả ớt chuông xanh, cắt múi
- lát thịt xông khói

NƯỚC XỐT:

- 6 ounce nước sốt thịt nướng
- 16 ounce nước xốt
- 2 thìa nước ép dứa
- 2 muỗng canh rượu trắng

HƯỚNG DẪN:

a) Trộn nguyên liệu nước sốt cho đến khi trộn đều.

b) Xiên miếng dứa, tôm, sò điệp, ớt chuông và lát thịt xông khói gấp lại.

c) Nướng xiên đều ở mỗi bên và nướng.

d) Nấu cho đến khi tôm có màu hồng. Ăn kèm cơm.

2. Mochi bơ Hawaii

THÀNH PHẦN:

- 3 chén bột gạo ngọt (mochiko)
- 2¼ chén đường cát
- 2 muỗng cà phê. bột nở
- ¼ muỗng cà phê. muối
- 2 lon (14-oz.; 400ml) nước cốt dừa không đường
- 1 cốc sữa nguyên chất
- 5 quả trứng lớn
- 8 muỗng canh. bơ, tan chảy
- 2 muỗng cà phê. tinh dầu vanilla

HƯỚNG DẪN:

a) Làm nóng lò ở nhiệt độ 340°F (171°C). Bôi mỡ lên chảo nướng 9×13 inch (23×33cm) bằng bình xịt chống dính và đặt sang một bên.

b) Trong một tô vừa, trộn bột gạo ngọt, đường, bột nở và muối.

c) Trong một bát vừa riêng biệt, trộn đều nước cốt dừa không đường, sữa nguyên chất, trứng, bơ và chiết xuất vani.

d) Thêm hỗn hợp bột vào hỗn hợp trứng, đánh đều. Đổ hỗn hợp vào chảo đã chuẩn bị.

e) Nướng trong 1 giờ hoặc cho đến khi có màu vàng nhạt và nâu xung quanh các cạnh. Làm nguội hoàn toàn trước khi cắt thành 24 ô vuông.

3.Hỗn hợp Furikake Chex

THÀNH PHẦN:

- 1 hộp lúa mì Chex
- 1 hộp ngô Chex
- 1 hộp ngũ cốc tổ ong
- 1 túi Fritos (bất kỳ kích thước nào)
- 1 túi (bất kỳ kích thước nào)
- 1 túi bánh quy xoắn (bất kỳ kích thước và hình dạng nào)
- 1 cốc bơ
- ½ cốc Syrup Karo (hoặc mật ong)
- ⅔ cốc đường
- ⅔ cốc dầu thực vật
- 2 muỗng canh nước tương
- 1 chai Nori Mè Furikake

HƯỚNG DẪN:

a) Làm nóng lò ở 250F.

b) Trong hai chảo lớn, chia đều Chex lúa mì (hoặc gạo), Chex ngô, ngũ cốc tổ ong, Bugles, Fritos và Pretzels vào giữa hai chảo. Để qua một bên.

c) Bây giờ làm xi-rô. Đun chảy bơ trong chảo. Sau khi tan chảy, thêm Xi-rô Karo (hoặc mật ong), đường, dầu thực vật và nước tương vào. Khuấy để trộn.

d) Đổ xi-rô lên hai chảo hỗn hợp chex, đảm bảo chia đều xi-rô cho hai chảo. Dùng hai thìa/thìa lớn, trộn hỗn hợp chex cho đến khi tất cả các miếng đều được phủ đều xi-rô.

e) Sau đó đổ cả chai Nori Mè Furikake vào, chia đều vào hai chảo. Khuấy cho đến khi furikake được trộn đều.

f) Nướng ở 250F trong 1 giờ. Cứ 15 phút lại lấy chảo ra đảo/trộn để đảm bảo chảo chín đều.

g) Lấy ra khỏi lò, để nguội. Sau đó chia thành từng túi/hộp và chia nhau. Mọi người đều yêu thích Furikake Chex Mix!

4.Thanh chanh dây

THÀNH PHẦN:

ĐỐI VỚI LỚP VỎ:

- 8 oz bơ không muối, đun chảy và để nguội một chút
- 3,5 oz đường cát, (1/2 cốc)
- 2 muỗng cà phê chiết xuất vani
- 1/2 muỗng cà phê muối
- 8,25 oz bột mì đa dụng, (2 cốc)

ĐỐI VỚI ĐIỀN:

- 8 quả trứng lớn
- 16,3 oz đường cát, (2 1/3 cốc)
- 1 1/2 cốc nước ép chanh dây xay nhuyễn, tôi dùng một túi Goya 14 oz
- 2,12 oz bột mì đa dụng, (1/2 cốc)

HƯỚNG DẪN:

ĐỂ LÀM LỚP:

a) Làm nóng lò ở nhiệt độ 350 độ F. Lót giấy bạc vào chảo 9x13 sao cho nó mở rộng ra các cạnh và xịt dung dịch nấu ăn không dính lên giấy bạc.

b) Trong một cái bát, trộn đều bơ tan chảy, đường, vani và muối. Sau khi trộn, thêm bột mì vào và dùng thìa khuấy đều cho đến khi hòa quyện và không còn vệt bột nào. Cạo bột vào chảo và ấn thành một lớp đều. Nó có vẻ hơi nhờn—điều này là bình thường.

c) Nướng vỏ bánh trong 25-30 phút ở nhiệt độ 350 F, cho đến khi mặt trên có màu vàng nâu. Trong khi nướng vỏ bánh, hãy chuẩn bị phần nhân để sẵn sàng sử dụng ngay sau khi vỏ bánh chín.

ĐỂ LÀM ĐẦY:

d) Trong một tô lớn, đánh đều trứng, đường cát và chanh dây xay nhuyễn. Rây bột mì lên trên hỗn hợp trứng rồi trộn đều.

e) Khi nhân bánh đã nướng xong, hãy trượt giá một phần ra khỏi lò. Đổ phần nhân lên trên lớp vỏ nóng và cho vào lò nướng trở lại. Giảm nhiệt độ xuống 325 F và nướng trong 25-30 phút. Nó được thực hiện khi phần trung tâm hầu như không lắc lư khi bạn chạm vào chảo.

f) Sau khi hoàn tất, lấy chảo ra khỏi lò và để nguội cho đến khi đạt đến nhiệt độ phòng. Để có những vết cắt sạch nhất, hãy làm lạnh các thanh và cắt chúng khi nguội hoàn toàn. Để cắt, lấy các thanh ra khỏi chảo bằng cách sử dụng giấy bạc làm tay cầm. Sử dụng một con dao đầu bếp lớn và sắc bén và thường xuyên lau sạch nó giữa các lần cắt. Rắc đường bột lên trên trước khi dùng. Bảo quản các thanh chanh dây trong hộp kín trong tủ lạnh tối đa một tuần.

25.Bánh rán sữa đông chanh dây

THÀNH PHẦN:

ĐỐI VỚI SỮA LUYỆN TUYỆT VỜI

- 1/2 cốc (3,5 ounce) đường cát
- 3 lòng đỏ trứng lớn
- 1/4 cốc (2 ounce chất lỏng) nước ép chanh dây
- 2 thìa canh (1 ounce chất lỏng) nước cốt chanh mới vắt
- 1/2 cốc (1 que // 4 ounce) bơ không muối lạnh, hình khốiD

CHO BÁNH RỪNG

- 3/4 cốc (6 ounce chất lỏng) sữa nguyên chất
- 2 quả trứng lớn
- 2 lòng đỏ trứng lớn
- 3 1/2 cốc (17,5 ounce) bột mì đa dụng
- 1/4 cốc cộng với 1 cốc (8,75 ounce) đường cát, chia
- 2 1/4 thìa cà phê (1 gói) men ăn liền
- 1 thìa cà phê muối kosher
- 6 muỗng canh bơ không muối, cắt hạt lựu
- dầu thực vật, để chiên

HƯỚNG DẪN:

ĐỐI VỚI SỮA LUYỆN TUYỆT VỜI

a) Trong một chiếc nồi có đáy nặng vừa phải, trộn 1/2 cốc đường cát và 3 lòng đỏ trứng lớn cho đến khi hòa quyện và bạn có được hỗn hợp đồng nhất màu vàng nhạt. Đánh đều 1/4 cốc chanh dây và 2 thìa nước cốt chanh tươi cho đến khi hỗn hợp loãng ra và đặt nồi lên lửa vừa. Nấu, khuấy liên tục bằng thìa gỗ (và nhớ dùng thìa cao su chịu nhiệt để cạo các thành chảo), cho đến khi hỗn hợp đủ đặc để phủ lên mặt sau của thìa, từ 8 đến 10 phút và ghi 160 (F) trên nhiệt kế đọc ngay.

b) Sau khi hỗn hợp đạt 160 (F), tắt bếp và cho 1/2 cốc bơ không ướp muối cắt khối vào, mỗi lần một vài khối, chỉ thêm nhiều hơn khi các khối trước đó đã kết hợp hoàn toàn. Sau khi đã cho hết bơ vào, dùng rây mịn để lọc sữa đông vào tô thủy tinh nhỏ. Dùng màng bọc thực phẩm bọc lại, ấn màng nhựa trực tiếp lên bề mặt sữa đông để tránh hình thành lớp vỏ. Làm lạnh cho đến khi nguội và đông lại, ít nhất 2 đến 3 giờ (nhưng tốt nhất là qua đêm). Sữa đông bảo quản trong lọ thủy tinh đậy kín để trong tủ lạnh tối đa 2 tuần.

CHO BÁNH RỪNG

c) Để chuẩn bị bột, hãy đun sôi 3/4 cốc sữa nguyên chất trên lửa vừa trong nồi nhỏ. Theo dõi chặt chẽ để đảm bảo sữa không bị sôi. Đổ sữa vào cốc đo chất lỏng và để nguội ở nhiệt độ từ 105 (F) đến 110 (F).

d) Khi sữa nguội, cho 2 quả trứng lớn và 2 lòng đỏ trứng lớn vào sữa rồi đánh nhẹ nhàng cho hòa quyện.

e) Trong tô của máy trộn độc lập có gắn cánh khuấy, trộn 3 1/2 cốc bột mì đa dụng, 1/4 cốc đường cát, 2 1/4 thìa cà phê men tức thời và một thìa cà phê muối kosher. Thêm hỗn hợp sữa và trộn đều cho đến khi kết hợp.

f) Chuyển sang móc bột và nhào bột ở tốc độ thấp, khoảng 3 phút. Bột sẽ trông có vẻ dính nhưng không sao. Thêm 6 thìa bơ không muối, mỗi lần một hoặc hai thìa.

g) Nếu bơ không kết hợp, hãy lấy bát ra khỏi máy trộn và dùng tay nhào bơ trong một phút để bắt đầu. Chỉ cần tiếp tục thêm và nhào cho đến khi nó kết hợp tốt.

h) Sau khi bơ đã quyện vào nhau, hãy tăng tốc độ trộn lên mức trung bình và nhào bột thêm vài phút nữa cho đến khi bột mịn và đàn hồi. Chuyển bột sang một tô vừa có phết một ít dầu mỡ, bọc bằng màng bọc thực phẩm và để trong tủ lạnh ít nhất ba giờ, nhưng tốt nhất là qua đêm.

i) Khi bột đã nguội, lót giấy nến vào hai khay nướng. Xịt thật nhiều dung dịch xịt nấu ăn lên giấy da.

j) Đổ bột nguội lên bề mặt đã phủ bột nhẹ và cán thành hình chữ nhật thô có kích thước 9 x 13 inch dày khoảng 1/2 inch. Sử dụng máy cắt bánh quy 3 1/2 inch để cắt ra 12 viên bột và đặt chúng lên các tờ giấy đã chuẩn bị sẵn. Rắc một lớp bột mì nhẹ lên trên mỗi viên bột và dùng màng bọc thực phẩm bọc nhẹ chúng lại. Đặt ở nơi ấm áp để ủ cho đến khi bột phồng lên và từ từ đàn hồi trở lại khi ấn nhẹ, khoảng một giờ.

k) Khi bạn đã sẵn sàng chiên bánh rán, hãy lót khăn giấy lên giá lưới. Cho 1 cốc đường cát vào tô vừa. Thêm dầu thực vật vào nồi có đáy dày vừa phải cho đến khi có khoảng 2 inch dầu. Gắn nhiệt kế kẹo vào thành nồi và đun nóng dầu đến 375 (F). Cẩn thận thêm 1 đến 2 chiếc bánh rán vào dầu và chiên chúng cho đến khi vàng nâu, khoảng 1 đến 2 phút mỗi mặt. Dùng thìa có rãnh để vớt bánh rán ra khỏi dầu và chuyển chúng lên giá lưới đã chuẩn bị sẵn. Sau khoảng 1 hoặc 2 phút, khi bánh rán đã đủ nguội để cầm, cho bánh vào bát đường cát cho đến khi phủ đều. Lặp lại với số bột còn lại.

l) Để làm đầy bánh rán, hãy dùng đầu bánh ngọt Bismarck (hoặc cán thìa gỗ) chọc một lỗ vào một bên của mỗi chiếc bánh, đảm bảo không chọc qua mặt kia. Đổ sữa đông chanh dây vào túi bánh ngọt có đầu tròn nhỏ (hoặc đầu bánh donut Bismarck, nếu bạn thích). Chèn đầu túi bánh ngọt vào lỗ và bóp nhẹ để lấp đầy từng chiếc bánh rán. Dùng phần sữa đông thừa ở bên cạnh làm nước chấm (nó cũng rất hợp với bánh quế!). Những chiếc bánh rán là ngon nhất vào ngày chúng được làm ra.

26. Bánh bánh ăn tráng ngôn ngữ dừa Hawaii

THÀNH PHẦN:

- 1 lon nước cốt dừa
- ½ cốc đường
- 6 muỗng canh bột bắp
- ¾ cốc nước

HƯỚNG DẪN:

a) Trong một nồi nhỏ, trộn nước cốt dừa và đường. Khuấy đều và đun sôi

b) Hòa bột ngô với nước rồi khuấy đều cho đến khi bột ngô tan trong nước

c) Khi nước cốt dừa đã sôi thì giảm nhỏ lửa và từ từ cho bột bắp vào khuấy đều.

d) Tiếp tục khuấy hỗn hợp cho đến khi hỗn hợp đặc và mịn như kem

e) Đổ ngay vào chảo nhỏ 8"x8"

f) Làm lạnh haupia. Cắt nó thành hình vuông và phục vụ.

27. Bánh quy Bánh hạnh nhân Hawaii

THÀNH PHẦN:

- ½ chén bơ không muối, làm mềm
- 1 cốc đường cát
- 1 trứng lớn
- 1 muỗng cà phê chiết xuất vani
- 1 cốc bột mì đa dụng
- ¼ cốc bột cacao
- ½ muỗng cà phê bột nở
- ¼ thìa cà phê muối
- ½ chén dừa vụn
- ½ chén hạt macadamia cắt nhỏ
- ½ chén dứa khô cắt nhỏ

HƯỚNG DẪN:

a) Làm nóng lò nướng của bạn ở nhiệt độ 350°F. Dòng một tấm nướng bánh bằng giấy giấy da.

b) Trong một tô trộn, trộn bơ đã làm mềm và đường cho đến khi mềm và mịn.

c) Đánh trứng và chiết xuất vani cho đến khi kết hợp tốt.

d) Trong một bát riêng, trộn đều bột mì, bột cacao, bột nở và muối.

e) Dần dần thêm các thành phần khô vào hỗn hợp bơ, trộn cho đến khi vừa kết hợp.

f) Cho dừa nạo, hạt mắc ca cắt nhỏ và dứa khô vào.

g) Thả từng thìa bột tròn lên khay nướng đã chuẩn bị sẵn, đặt chúng cách nhau khoảng 2 inch.

h) Nướng trong vòng 10-12 phút hoặc cho đến khi bánh bao quanh các cạnh.

i) Để bánh nguội trên khay nướng trong vài phút, sau đó chuyển chúng sang giá lưới để nguội hoàn toàn.

28.Nacho Hawaii

THÀNH PHẦN:

- 1 túi bánh tortilla
- 2 chén phô mai mozzarella cắt nhỏ
- 1 chén giăm bông thái hạt lựu
- 1 chén dứa thái hạt lựu
- ½ chén hành đỏ thái hạt lựu
- ¼ chén rau mùi xắt nhỏ

HƯỚNG DẪN:

a) Xếp các miếng bánh tortilla lên khay nướng và phủ phô mai mozzarella cắt nhỏ, giăm bông thái hạt lựu, dứa thái hạt lựu, hành tím và ngò lên trên.

b) Nướng trong vòng 10-15 phút hoặc cho đến khi phô mai tan chảy.

29.Hỗn hợp ăn nhẹ kiểu Hawaii

THÀNH PHẦN:

- 6 cốc bỏng ngô
- 1 cốc dứa khô
- 1 cốc hạt macadamia rang
- 1 cốc chuối chiên
- ½cốc dừa nướng

HƯỚNG DẪN:

a) Trong một tô lớn, trộn tất cả các thành phần cho đến khi kết hợp tốt.
b) Dùng ngay hoặc bảo quản trong hộp kín.

30.ceviche cocktail Hawaii

THÀNH PHẦN:

- ¾ pound cá hồng
- 1 pound Sò điệp; chia thành bốn phần
- 1 củ hành đỏ nhỏ; giảm một nửa, thái lát mỏng
- ¼ chén ngò; cắt nhỏ
- 2 cốc xoài; thái hạt lựu
- 1½ cốc dứa; thái hạt lựu
- gia vị
- 1 cốc nước cốt chanh; mới vắt
- 1 thìa vỏ chanh; nạo
- 1 chén giấm gạo
- ¼ cốc đường
- 1½ thìa cà phê ớt đỏ; nếm thử
- 1½ muỗng cà phê muối
- 2 thìa cà phê hạt rau mùi; nghiền

HƯỚNG DẪN:

a) Kết hợp các thành phần xốt trong một bát trộn bằng thủy tinh hoặc thép không gỉ lớn. Đánh đều và đặt sang một bên.

b) Rửa sạch cá và sò điệp trong nước lạnh và lau khô bằng khăn giấy. Thêm sò điệp vào nước xốt và để trong tủ lạnh. Cắt cá thành ½" miếng và thêm vào nước xốt cùng với hành tây.

c) Khuấy nhẹ, đậy nắp và để lạnh ít nhất 4 giờ trước khi dùng.

d) Thỉnh thoảng khuấy đều để đảm bảo nước xốt thấm đều vào hải sản. Món ceviche có thể được chuẩn bị trước thời điểm này tối đa 2 ngày. Khoảng 30 phút trước khi dùng, cho ngò và trái cây vào đảo đều rồi cho món ăn vào tủ lạnh cho đến khi dùng.

e) Phục vụ trong bát hoặc đĩa nhỏ ướp lạnh hoặc để có vẻ lễ hội hơn, hãy dùng ly thủy tinh hoặc cốc uống cocktail.

31.Món ăn protein chanh Hawaii

THÀNH PHẦN:

- 1¾ cốc hạt điều
- ¼ chén bột dừa
- ¼ chén dừa vụn không đường
- 3 muỗng canh hạt gai dầu nguyên vỏ
- 3 muỗng canh si-rô phong
- 3 thìa nước cốt chanh tươi

HƯỚNG DẪN:

a) Cho hạt điều vào máy xay thực phẩm và chế biến cho đến khi thật nhuyễn.

b) Thêm phần còn lại của các thành phần và xử lý cho đến khi trộn đều.

c) Đổ hỗn hợp vào tô lớn.

d) Lấy một khối bột và vo thành một quả bóng.

e) Tiếp tục bóp và làm việc vài lần cho đến khi tạo thành một quả bóng và rắn chắc.

32.Pizza quả óc chó Hawaii

THÀNH PHẦN:

- 1 vỏ bánh pizza làm sẵn
- 1 muỗng canh dầu ô liu
- Hộp phô mai kem có hương vị trái cây 13,5 ounce
- 26 ounce xoài lát, để ráo nước và cắt nhỏ
- ½ C. quả óc chó băm nhỏ

HƯỚNG DẪN:

a) Nấu vỏ bánh pizza trong lò theo hướng dẫn trên bao bì.

b) Phủ đều lớp vỏ bằng dầu.

c) Phết phô mai kem lên trên lớp vỏ và phủ xoài cắt nhỏ và các loại hạt lên trên.

d) Cắt thành lát mong muốn và phục vụ.

33.Quả Bóng Năng Lượng Dừa Dừa

THÀNH PHẦN:

- 1 cốc chà là, bỏ hạt
- 1 cốc dứa khô
- ½ chén dừa vụn
- ¼ chén bột hạnh nhân hoặc hạnh nhân xay
- ¼ cốc hạt chia
- 1 muỗng canh dầu dừa, tan chảy
- 1 muỗng cà phê chiết xuất vani

HƯỚNG DẪN:

a) Trong máy xay thực phẩm, trộn chà là và dứa khô cho đến khi chúng tạo thành hỗn hợp sệt.

b) Cho dừa vụn, bột hạnh nhân, hạt chia, dầu dừa đun chảy và chiết xuất vani vào máy xay thực phẩm.

c) Xung cho đến khi tất cả các thành phần được kết hợp tốt và tạo thành một hỗn hợp sệt giống như bột.

d) Lăn hỗn hợp thành những quả bóng nhỏ.

e) Tùy chọn: Lăn các viên vào dừa nạo bổ sung để phủ.

f) Đặt các quả bóng năng lượng vào hộp kín và để trong tủ lạnh ít nhất 30 phút trước khi dùng.

g) Hãy thưởng thức những quả bóng năng lượng dừa thơm ngon và đầy năng lượng này!

34.Kabob trái cây Hawaii

THÀNH PHẦN:

- Các loại trái cây Hawaii (dứa, xoài, kiwi, chuối, đu đủ, v.v.), cắt thành miếng vừa ăn
- Xiên bằng gỗ

HƯỚNG DẪN:

a) Xâu các loại trái cây Hawaii vào xiên gỗ theo bất kỳ kiểu nào bạn thích.

b) Lặp lại với các loại trái cây và xiên còn lại.

c) Phục vụ nguyên món kabob trái cây Hawaii hoặc với một ít sữa chua hoặc mật ong để chấm.

d) Hãy thưởng thức những xiên trái cây đầy màu sắc và bổ dưỡng này nhé!

35. Bắp rang chanh dừa

THÀNH PHẦN:

- ½ cốc hạt bỏng ngô
- 2 muỗng canh dầu dừa
- Vỏ và nước cốt của 1 quả chanh
- 2 muỗng canh dừa vụn
- Muối để nếm

HƯỚNG DẪN:

a) Đun nóng dầu dừa trong nồi lớn trên lửa vừa.

b) Thêm hạt bỏng ngô và đậy nắp nồi.

c) Thỉnh thoảng lắc nồi để tránh bị cháy.

d) Khi tiếng nổ chậm lại, hãy nhấc nồi ra khỏi bếp và để yên trong một phút để đảm bảo tất cả các hạt đã nổ.

e) Trong một bát nhỏ, trộn vỏ chanh, nước cốt chanh, dừa vụn và muối.

f) Rưới hỗn hợp cốt chanh lên trên bắp rang mới rang và trộn đều để lớp phủ đều.

g) Thưởng thức món bỏng ngô chanh dừa thơm ngon của Hawaii như một món ăn nhẹ nhẹ nhàng và đầy hương vị!

36.Guacamole chanh dừa

THÀNH PHẦN:

- 2 quả bơ chín
- Nước ép 1 quả chanh
- Vỏ của 1 quả chanh
- 2 muỗng canh rau mùi tươi xắt nhỏ
- 2 muỗng canh hành đỏ thái hạt lựu
- 2 muỗng canh dừa vụn
- Muối và hạt tiêu cho vừa ăn

HƯỚNG DẪN:

a) Trong một cái bát, dùng nĩa nghiền bơ chín cho đến khi thành kem.

b) Thêm nước cốt chanh, vỏ chanh, ngò cắt nhỏ, hành đỏ thái hạt lựu, dừa vụn, muối và tiêu.

c) Trộn đều để kết hợp tất cả các thành phần.

d) Nếm thử và điều chỉnh gia vị theo ý muốn.

e) Phục vụ món guacamole chanh dừa với bánh tortilla hoặc dùng nó làm lớp phủ thơm ngon cho bánh tacos, bánh mì sandwich hoặc salad.

f) Hãy thưởng thức hương vị kem và thơm của món guacamole kiểu Hawaii này!

37.Tôm dừa

THÀNH PHẦN:

- 1 pound tôm, bóc vỏ và bỏ chỉ
- ½ chén bột mì đa dụng
- ½ chén dừa vụn
- 2 quả trứng, đánh bông
- Muối và hạt tiêu cho vừa ăn
- Dầu ăn để chiên

HƯỚNG DẪN:

a) Trong một cái bát cạn, trộn bột mì đa dụng, dừa vụn, muối và hạt tiêu.

b) Nhúng từng con tôm vào trứng đã đánh, để cho phần thừa chảy ra rồi phủ hỗn hợp dừa lên.

c) Đun nóng dầu ăn trong chảo sâu lòng hoặc nồi trên lửa vừa cao.

d) Chiên tôm bọc dừa theo từng mẻ cho đến khi vàng nâu và giòn, khoảng 2-3 phút mỗi mặt.

e) Lấy tôm ra khỏi dầu và để ráo trên khăn giấy.

f) Phục vụ tôm dừa như một món khai vị hoặc món ăn nhẹ ngon miệng của Hawaii với nước chấm mà bạn chọn, chẳng hạn như tương ớt ngọt hoặc nước xốt xoài.

g) Chúc bạn ngon miệng với món tôm dừa giòn thơm và hấp dẫn!

38.Nước xốt cuộn xoài kiểu Hawaii

THÀNH PHẦN:

- 4 bánh bột mì lớn
- 1 cốc kem phô mai
- 1 cốc nước xốt xoài
- ½ chén rau diếp hoặc lá rau bina cắt nhỏ

HƯỚNG DẪN:

a) Đặt bánh bột mì phẳng trên một bề mặt sạch sẽ.

b) Trải đều một lớp kem phô mai lên mỗi chiếc bánh tortilla.

c) Múc nước xốt xoài lên trên lớp kem phô mai, dàn đều để phủ lên bánh tortilla.

d) Rắc rau diếp cắt nhỏ hoặc lá rau bina lên trên nước xốt.

e) Cuộn chặt từng chiếc bánh tortilla lại, bắt đầu từ một đầu.

f) Cắt từng miếng bánh tortilla cuộn thành từng miếng chong chóng vừa ăn.

g) Phục vụ món cuộn nước xốt xoài Hawaii như một món ăn nhẹ hoặc món khai vị đầy hương vị và sảng khoái.

h) Thưởng thức sự kết hợp của hương vị kem, thơm và Hawaii!

39.Bánh chuối dừa

THÀNH PHẦN:

- 2 quả chuối, gọt vỏ và cắt thành miếng vừa ăn
- ¼ cốc sôcôla đen tan chảy
- ¼ chén dừa vụn

HƯỚNG DẪN:

a) Dòng một tấm nướng bánh bằng giấy giấy da.

b) Nhúng từng miếng chuối vào sô cô la đen tan chảy, phủ khoảng một nửa.

c) Lăn chuối bọc sô-cô-la trong dừa vụn cho đến khi phủ đều.

d) Đặt những miếng chuối đã tráng lên khay nướng đã chuẩn bị sẵn.

e) Lặp lại với những miếng chuối còn lại.

f) Làm lạnh ít nhất 30 phút hoặc cho đến khi sô cô la cứng lại.

g) Phục vụ món chuối dừa như một món ăn nhẹ hoặc món tráng miệng thú vị của Hawaii.

h) Thưởng thức sự kết hợp giữa kem chuối, sô cô la đậm đà và dừa!

40.Sữa Chua Hawaii Nhúng

THÀNH PHẦN:

- 1 cốc sữa chua Hy Lạp
- ½ chén dứa thái hạt lựu
- ½ chén xoài thái hạt lựu
- ¼ chén ớt chuông đỏ xắt nhỏ
- ¼ chén hành đỏ xắt nhỏ
- ¼ chén ngò tươi xắt nhỏ
- 1 muỗng canh nước cốt chanh
- ½ thìa cà phê bột tỏi
- Muối và hạt tiêu cho vừa ăn

HƯỚNG DẪN:

a) Trong một bát, trộn sữa chua Hy Lạp, dứa thái hạt lựu, xoài thái hạt lựu, ớt chuông đỏ xắt nhỏ, hành đỏ xắt nhỏ, ngò xắt nhỏ, nước cốt chanh, bột tỏi, muối và tiêu.

b) Trộn đều cho đến khi tất cả các thành phần được kết hợp kỹ lưỡng.

c) Nếm thử và điều chỉnh gia vị nếu cần.

d) Phục vụ món nhúng kiểu Hawaii với bánh tortilla, bánh mì pita hoặc que rau.

e) Hãy thưởng thức món nước chấm béo ngậy và đầy hương vị này với phong cách Hawaii!

41.Salad trái cây Hawaii

THÀNH PHẦN:

- 2 cốc dứa thái hạt lựu
- 1 cốc xoài thái hạt lựu
- 1 cốc đu đủ thái hạt lựu
- 1 cốc kiwi thái lát
- 1 cốc dâu tây cắt lát
- 1 muỗng canh nước cốt chanh tươi
- 1 muỗng canh mật ong hoặc xi-rô cây phong
- Tùy chọn topping: dừa vụn hoặc bạc hà tươi cắt nhỏ

HƯỚNG DẪN:

a) Trong một tô lớn, trộn dứa thái hạt lựu, xoài thái hạt lựu, đu đủ thái hạt lựu, kiwi thái lát và dâu tây thái lát.

b) Trong một bát nhỏ, trộn đều nước cốt chanh và mật ong hoặc xi-rô cây phong.

c) Rưới nước sốt chanh lên món salad trái cây và nhẹ nhàng trộn đều.

d) Tùy chọn: Rắc dừa vụn hoặc bạc hà tươi xắt nhỏ lên trên để tăng thêm hương vị và trang trí.

e) Phục vụ món salad trái cây Hawaii ướp lạnh như một món ăn nhẹ sảng khoái và tốt cho sức khỏe.

f) Thưởng thức hương vị sống động và ngon ngọt của hỗn hợp Hawaii này!

g) 20 công thức món ăn nhẹ kiểu Hawaii này sẽ cung cấp cho bạn nhiều lựa chọn thơm ngon và đầy hương vị để thưởng thức. Cho dù bạn đang tìm kiếm thứ gì đó ngọt, mặn, kem hay giòn, những công thức này chắc chắn sẽ làm thỏa mãn cơn thèm ăn Hawaii của bạn. Thưởng thức!

MÓN CHÍNH

2.Cá ngừ nướng rong biển Hawaii

THÀNH PHẦN:

- ½ chén nước tương
- 3 thìa mật ong
- 1 muỗng canh gừng tươi băm nhỏ
- 2 thìa cà phê tỏi băm
- Tiêu đen mới xay cho vừa ăn.
- 2 miếng cá ngừ bít tết
- 2 muỗng canh giấm rượu gạo
- 2 thìa nước tương
- 2 thìa nước cốt chanh
- ½ muỗng cà phê vỏ chanh bào vụn
- 1 muỗng canh gừng tươi băm nhỏ
- 1 thìa cà phê tỏi băm
- 2 muỗng canh hành lá băm
- ¼ muỗng cà phê ớt đỏ
- ¼ chén dầu ô liu
- ½ gói giấy gói hoành thánh
- Dầu thực vật để chiên ngập dầu
- ¼ cốc rong biển
- ½ cốc lá radicchio cỡ nhỏ
- ½ cốc rau đắng thái lát
- ½ chén lá rau bina non
- 2 muỗng canh ớt vàng thái sợi
- 2 muỗng canh ớt đỏ thái sợi
- Mầm củ cải
- Gừng ngâm
- Trứng cá muối vàng
- Hạt mè nhẹ
- Hạt mè đen

HƯỚNG DẪN:

a) Trong một bát trộn 5 thành phần đầu tiên với nhau.

b) Đặt bít tết cá ngừ vào chảo và đổ hỗn hợp lên, phủ cá ngừ lên tất cả các mặt. Ướp cá trong 15 phút.

c) Sau đó chuyển cá ngừ đã ướp vào vỉ nướng đã đun nóng và nướng trong 1-2 phút mỗi mặt. Trong một cái bát trộn đều tất cả nguyên liệu làm nước sốt.

d) Đun nóng dầu chiên đến 350 độ. Cắt giấy gói hoành thánh thành dải dài và chiên ngập dầu cho đến khi vàng.

e) Xả chúng trên khăn giấy. Trong một cái bát, trộn rong biển, lá radicchio, rau đắng cắt lát, lá rau bina non, ớt vàng thái sợi và ớt đỏ thái sợi.

f) Xếp rong biển và rau xanh vào giữa 2 đĩa phục vụ và đặt các dải hoành thánh chiên lên trên. Rưới một ít nước sốt lên trên, rưới thêm cá ngừ lên trên và rưới thêm nước sốt.

g) Trang trí với một ít mầm củ cải, gừng ngâm, tobiko, hạt vừng nhạt, hạt vừng đen và trứng cá muối vàng.

43.Gà Hawaii nướng kiểu Hà Lan

THÀNH PHẦN:

- Gói ức gà không da cỡ dành cho gia đình
- 1 lon dứa thái lát
- Lọ 12 ounce sốt BBQ yêu thích của bạn
- Anh đào Marichino

HƯỚNG DẪN:

a) Đặt bốn ức gà vào đáy lò Hà Lan 12".

b) Dùng một nửa quả dứa cắt lát đặt lên trên ức, rưới toàn bộ nước ép lên gà.

c) Sau đó đổ một nửa sốt BBQ lên trên.

d) Đặt một lớp khác (bốn phần ức còn lại) lên trên lớp thịt gà/dứa trước đó.

e) Xếp các lát dứa còn lại một lần nữa, đặt một quả anh đào vào giữa mỗi lát dứa.

f) Đổ phần sốt BBQ còn lại lên trên.

g) Đặt nắp lên lò nướng. Đặt lò nướng lên than và phủ than lên trên cùng của lò.

h) Thời gian nấu là 30 đến 45 phút, lấy ra và kiểm tra khoảng hai mươi phút.

i) Khi hoàn thành, hãy chắc chắn rằng gà đã được nấu chín kỹ trước khi dùng.

44.Cơm hầm Hawaii

THÀNH PHẦN:

- 1 gói thịt hầm, chưa nấu chín
- 1 lon (13,5 oz.) nước cốt dừa
- 1 lon (20-oz) lon dứa, để ráo nước
- 1 lon (10,75 oz.) kem súp gà
- 3 chén thịt gà hoặc giăm bông nấu chín, thái hạt lựu hoặc thái nhỏ
- 1 củ hành lớn, thái hạt lựu và xào
- 2 quả ớt chuông, thái hạt lựu

HƯỚNG DẪN:

a) Mang 6 cốc nước vào nồi lớn đun sôi.

b) Thêm các thành phần còn lại và đun nhỏ lửa trong 20 phút.

45.Sò điệp kiểu Hawaii

THÀNH PHẦN:

- 1 pound sò điệp, tươi hoặc đông lạnh
- 6 lát dứa đóng hộp
- 1 thìa cà phê muối
- Tiêu trắng
- 1/4 chén đường nâu
- 1/4 cốc bơ hoặc bơ thực vật

HƯỚNG DẪN:

a) Rã đông sò điệp đông lạnh. Loại bỏ các hạt vỏ và rửa sạch.

b) Cắt sò điệp lớn làm đôi. Đặt các lát dứa vào chảo nướng, kích thước 10 x 6 x 1 inch.

c) Đặt sò điệp vào giữa mỗi quả thông.

d) Rắc muối, hạt tiêu và đường nâu. Chấm bơ lên trên.

e) Nướng cách nguồn nhiệt khoảng 3 inch trong 8 đến 10 phút hoặc cho đến khi có màu nâu.

46.Thịt viên kiểu Hawaii

THÀNH PHẦN:

- 2 pound thịt bò xay
- ⅔ cốc vụn bánh quy giòn
- ⅓ chén hành băm
- ¼ thìa cà phê Gừng
- 1 thìa cà phê muối
- 1 quả trứng
- ¼ cốc sữa
- 2 muỗng canh bột bắp
- ½ chén đường nâu
- ⅓ cốc giấm
- 1 muỗng canh nước tương
- ⅓ chén ớt xanh thái nhỏ
- 13½ ounce dứa nghiền

HƯỚNG DẪN:

a) Trộn thịt bò xay, vụn bánh quy giòn, hành tây, gừng, muối, trứng và sữa rồi vo thành từng viên tròn 1 inch. Nâu và đặt vào một món nướng.

b) Trộn bột ngô, đường nâu, giấm, nước tương và tiêu xanh. Nấu trên lửa vừa cho đến khi đặc lại. Thêm dứa nghiền cộng với nước trái cây.

c) Đun nóng và đổ thịt viên vào. Đun nóng kỹ và phục vụ.

47.Chảo ramen Hawaii

THÀNH PHẦN:

- 6 oz. Thư rác
- 1 quả ớt chuông xanh xào chín, thái nhỏ
- 1/2 C. hành tây, thái hạt lựu
- 1 (3 oz.) gói mì ramen
- 1 tép tỏi, bóc vỏ và thái hạt lựu
- 1/4 thìa cà phê muối
- 1/4 thìa cà phê tiêu đen xay
- 1 muỗng canh dầu ô liu
- 1/2 muỗng cà phê bơ

HƯỚNG DẪN:

a) Đặt một cái chảo lớn trên lửa vừa. Nấu trong đó 2 C. nước cho đến khi chúng bắt đầu sôi.

b) Đặt mì vào đó mà không cần gói gia vị. Xả nó và đặt nó sang một bên.

c) Đặt một cái chảo lớn trên lửa vừa. Đun nóng bơ cho đến khi tan chảy với dầu ô liu. Nấu hành tây trong 3 phút.

d) Khuấy thư rác, ớt chuông và tỏi. Nấu chúng trong 4 phút.

e) Khuấy 1/2 C nước nấu mì với mì đã ráo nước.

f) Để yên trong 1 phút rồi dùng nóng.

g) Thưởng thức.

48.Bánh pizza Hawaii

THÀNH PHẦN:

VỎ TRÁI ĐẤT

- 1 công thức Vỏ bánh pizza kiều mạch, Vỏ bánh pizza cà chua, Vỏ bánh pizza lá oregano hoặc Vỏ bánh pizza ăn liền

đứng đầu

- 1 công thức Cà chua bi Marinara
- 1 công thức phô mai cơ bản
- 1 cốc dứa tươi thái hạt lựu
- 1 công thức Thịt xông khói dừa hoặc Cà tím Thịt xông khói
- Dầu ô liu hoặc dầu ô liu ngâm thảo mộc

HƯỚNG DẪN:

a) Làm món marinara của bạn. Để có món marinara đặc hơn, hãy thêm 1 thìa cà chua phơi nắng cắt nhỏ khi trộn nước sốt. Cà chua khô sẽ ngấm nước cà chua dư thừa.

b) Lắp ráp bánh pizza bằng cách phết marinara lên vỏ bánh. Thả từng miếng Phô mai từ thìa lên bánh pizza. Thêm dứa và thịt xông khói. Rưới một vài thìa dầu ô liu trước khi dùng.

c) Sẽ để được 1 ngày trong tủ lạnh.

49.Sườn heo BBQ kiểu Hawaii

THÀNH PHẦN:

- 2 xiên sườn heo
- 1 cốc nước ép dứa
- ½ cốc sốt cà chua
- ¼ chén nước tương
- ¼ chén đường nâu
- 2 muỗng canh giấm gạo
- 2 tép tỏi, băm nhỏ
- 1 thìa cà phê gừng xay
- Muối và hạt tiêu cho vừa ăn

HƯỚNG DẪN:

a) Làm nóng lò ở nhiệt độ 325°F (163°C).

b) Trong một cái bát, trộn đều nước ép dứa, sốt cà chua, nước tương, đường nâu, giấm gạo, tỏi băm, gừng bào, muối và tiêu.

c) Đặt các sườn heo vào khay nướng hoặc chảo rang lớn.

d) Đổ nước xốt lên sườn, đảm bảo chúng được phủ đều các mặt. Dự trữ một ít nước xốt để phết.

e) Đậy đĩa bằng giấy nhôm và đặt vào lò đã làm nóng trước.

f) Nướng sườn trong khoảng 2 giờ hoặc cho đến khi sườn mềm và thịt bắt đầu tách ra khỏi xương.

g) Lấy giấy bạc ra và phết sườn với nước xốt đã để sẵn.

h) Tăng nhiệt độ lò lên 400°F (200°C) và cho sườn vào lò nướng, không đậy nắp.

i) Nướng thêm 15-20 phút hoặc cho đến khi sườn có màu caramen đẹp mắt và nước sốt đặc lại.

j) Lấy ra khỏi lò và để sườn nghỉ vài phút trước khi dùng.

k) Phục vụ sườn heo BBQ kiểu Hawaii như một món chính nhiệt đới và mọng nước.

l) Thưởng thức món sườn mềm và đậm đà với lớp sốt BBQ ngọt ngào và thơm ngon!

50.Bít tết nướng Vùng Caribe với Nước xốt dứa

THÀNH PHẦN:

- 2 pound bít tết sườn
- 2 muỗng canh gia vị giật vùng Caribe
- 2 muỗng canh dầu thực vật
- Muối và hạt tiêu cho vừa ăn

NƯỚC XỐT DỨA:

- 1 cốc dứa thái hạt lựu
- ½ củ hành đỏ, thái nhỏ
- ½ quả ớt chuông đỏ, thái nhỏ
- ½ hạt tiêu jalapeno, bỏ hạt và sườn, thái nhỏ
- Nước ép 1 quả chanh
- 2 muỗng canh rau mùi tươi xắt nhỏ
- Muối để nếm

HƯỚNG DẪN:

a) Làm nóng lò nướng hoặc chảo nướng ở nhiệt độ trung bình cao.

b) Xoa sườn bít tết với gia vị khô vùng Caribe, dầu thực vật, muối và tiêu.

c) Nướng bít tết khoảng 4-6 phút mỗi mặt hoặc cho đến khi đạt độ chín mong muốn. Hãy để nó nghỉ ngơi trong vài phút trước khi cắt.

d) Trong khi đó, chuẩn bị món nước xốt dứa bằng cách kết hợp dứa thái hạt lựu, hành đỏ thái nhỏ, ớt chuông đỏ thái nhỏ, ớt jalapeno thái nhỏ, nước cốt chanh, ngò tươi thái nhỏ và muối vào tô. Trộn đều để kết hợp.

e) Cắt miếng bít tết nướng theo thớ và phục vụ với một thìa nước xốt dứa phong phú ở trên.

f) Phục vụ món bít tết nướng vùng Caribe với nước xốt dứa như một món chính nhiệt đới và đầy hương vị.

51.Salad trái cây kem Hawaii

THÀNH PHẦN:

- 15,25 ounce salad trái cây Hawaii, để ráo nước
- 1 quả chuối, thái lát
- 1 cốc topping đông lạnh, rã đông

HƯỚNG DẪN:

a) Trong một bát vừa, kết hợp tất cả các thành phần.

b) Khuấy nhẹ nhàng để phủ.

52.Gà dứa Hawaii

THÀNH PHẦN:

- 1 quả ớt chuông
- 1 củ hành đỏ nhỏ
- 1 lb (450 g) phi lê ức gà không xương, không da
- 2 chén đậu Hà Lan có đường
- 1 lon (14 oz/398 ml) miếng dứa ngâm trong nước ép
- 2 muỗng canh dầu dừa tan chảy
- 1 gói Gia Vị Gà Dứa Hawaii
- nước cốt chanh tươi

HƯỚNG DẪN:

a) Làm nóng lò nướng ở nhiệt độ 425° F. Khay lót giấy lót với Tấm lót khay.

b) Cắt nhỏ hạt tiêu và hành tây. Trong một tô lớn, trộn hạt tiêu, hành tây, thịt gà, đậu Hà Lan, miếng dứa (kể cả nước trái cây), dầu dừa và gia vị. Quăng cho đến khi được phủ tốt.

c) Sắp xếp thành một lớp trên chảo tốt nhất có thể. Nướng trong 16 phút hoặc cho đến khi gà chín hẳn.

d) Kết thúc với một vắt chanh tươi, nếu muốn.

53.Nếm thử tôm vùng nhiệt đới

THÀNH PHẦN:

- 1 quả chanh, cắt đôi
- 1 gói Gia Vị Gà Dứa Hawaii
- 1 muỗng canh dầu dừa tan chảy
- 1 thìa mật ong
- 2 quả ớt chuông, cắt thành khối
- 1 quả bí xanh nhỏ, cắt thành hình tròn ½ inch
- 2 cốc xoài đông lạnh
- 1 lb tôm sống đông lạnh, bóc vỏ, rã đông

HƯỚNG DẪN:

a) Làm nóng lò nướng ở nhiệt độ 425° F. Khay lót giấy lót với Tấm lót khay.

b) Sử dụng Máy ép cam quýt 2 trong 1, ép nước cốt chanh vào một chiếc bát lớn.

c) Thêm gia vị, dầu và mật ong. Khuấy để kết hợp.

d) Cho ớt, bí xanh và xoài vào chảo.

e) Đổ một nửa nước sốt lên trên.

f) Dùng kẹp, quăng để phủ.

g) Cho vào lò nướng và nướng trong 10 phút.

h) Trong khi đó, cho tôm vào tô cùng với phần nước sốt còn lại; quăng vào áo khoác.

i) Lấy chảo ra khỏi lò; tốt nhất có thể thêm tôm vào một lớp.

j) Nướng trong 3–4 phút hoặc cho đến khi tôm chín.

54. Thịt lợn nướng Caribe với Nước xốt Hawaii

THÀNH PHẦN:

ĐIỆU NƯỚC XỐT:

- 1 quả dứa nhỏ, gọt vỏ, bỏ lõi và thái hạt lựu
- 1 quả cam vừa, gọt vỏ và thái hạt lựu
- 2 muỗng canh rau mùi tươi, băm nhỏ
- Nước cốt nửa quả chanh tươi

THỊT LỢN:

- ½ thìa đường nâu
- 2 thìa cà phê tỏi băm
- 2 thìa cà phê gừng băm
- 2 thìa cà phê thì là xay
- 2 thìa cà phê rau mùi đất
- ½ thìa cà phê bột nghệ
- 2 muỗng canh dầu hạt cải
- 6 miếng thăn lợn

HƯỚNG DẪN:

a) Làm nước xốt bằng cách trộn dứa, cam, ngò và nước cốt chanh vào tô. Để qua một bên. Có thể chuẩn bị trước 2 ngày và để trong tủ lạnh.

b) Trong một bát nhỏ, trộn hỗn hợp đường nâu, tỏi, gừng, thì là, rau mùi và nghệ.

c) Quét dầu hạt cải lên cả hai mặt của sườn heo và thoa đều lên cả hai mặt.

d) Làm nóng lò nướng ở mức trung bình cao. Đặt sườn heo lên vỉ nướng khoảng 5 phút mỗi mặt hoặc cho đến khi chín ở nhiệt độ bên trong là 160°F.

e) Phục vụ từng miếng kèm theo ⅓ cốc nước xốt.

55.Đuôi tôm hùm nướng trái cây Hawaii

THÀNH PHẦN:

- 4 xiên tre hoặc kim loại
- ¾dứa vàng, gọt vỏ, bỏ lõi và cắt thành miếng dày 1 inch
- 2 quả chuối, gọt vỏ và cắt chéo thành 8 miếng 1 inch
- 1 quả xoài, gọt vỏ, bỏ hạt và cắt thành khối 1 inch
- 4 con tôm hùm đá hoặc đuôi tôm hùm Maine lớn
- ¾ cốc men đậu nành ngọt
- 1 cốc bơ, tan chảy
- 4 miếng chanh

HƯỚNG DẪN:

a) Nếu bạn nướng bằng xiên tre, hãy ngâm chúng trong nước ít nhất 30 phút. Bật bếp nướng ở nhiệt độ vừa phải trực tiếp, khoảng 350¼F.

b) Lần lượt xiên các miếng dứa, chuối, xoài vào xiên, mỗi loại xiên khoảng 2 miếng.

c) Cắt đuôi tôm hùm bằng cách tách từng đuôi theo chiều dọc qua lớp vỏ tròn trên cùng và phần thịt, giữ nguyên lớp vỏ phẳng phía dưới. Nếu vỏ rất cứng, hãy dùng kéo làm bếp để cắt xuyên qua lớp vỏ tròn và dùng dao để cắt xuyên qua thịt.

d) Nhẹ nhàng mở đuôi để lộ thịt.

e) Quét nhẹ lớp men đậu nành lên các xiên trái cây và thịt tôm hùm. Chải vỉ nướng và phủ dầu lên. Đặt đuôi tôm hùm, úp mặt thịt xuống, trực tiếp trên lửa và nướng cho đến khi có vạch nướng đẹp mắt, từ 3 đến 4 phút. Nhấn đuôi vào vỉ nướng bằng thìa hoặc kẹp để giúp nướng thịt. Lật và nướng cho đến khi thịt vừa cứng và trắng, rưới men đậu nành, thêm 5 đến 7 phút nữa.

f) Trong khi đó, nướng xiên trái cây cùng với tôm hùm cho đến khi có vạch nướng đẹp mắt, khoảng 3 đến 4 phút mỗi mặt.

g) Ăn kèm với bơ tan chảy và chanh để ép.

56.Salad đậu đen Hawaii với xoài

THÀNH PHẦN:

- 3 chén đậu đen nấu chín, để ráo nước và rửa sạch
- ½ chén ớt chuông đỏ xắt nhỏ
- ¼ chén hành tím băm
- ¼ chén ngò tươi băm nhỏ
- 1 jalapeño, bỏ hạt và băm nhỏ (tùy chọn)
- 3 muỗng canh dầu hạt nho
- 2 thìa nước cốt chanh tươi
- 2 thìa cà phê mật hoa thùa
- ¼ thìa cà phê muối
- ⅛ muỗng cà phê ớt cayenne xay

HƯỚNG DẪN:

a) Trong một tô lớn, trộn đậu, xoài, ớt chuông, hành tây, ngò và ớt jalapeño nếu dùng và đặt sang một bên.

b) Trong một bát nhỏ, trộn đều dầu, nước cốt chanh, mật cây thùa, muối và ớt cayenne. Đổ nước sốt lên salad và trộn đều.

c) Làm lạnh trong 20 phút và phục vụ.

57.Bát cơm Hawaii

THÀNH PHẦN:

CÁI BÁT

- 1 củ khoai lang, gọt vỏ và cắt thành miếng vừa ăn
- 1 muỗng canh dầu ô liu nguyên chất
- 2 chén gạo thơm nấu chín
- 1 quả dứa, gọt vỏ, bỏ lõi và cắt thành miếng vừa ăn
- ¼ cốc hạt điều
- 4 muỗng canh hạt gai dầu nguyên vỏ

NƯỚC SỐT CHUA NGỌT

- 1 muỗng canh bột bắp
- ½ chén dứa cắt nhỏ
- ¼ chén giấm gạo
- ⅓ cốc đường nâu nhạt
- 3 muỗng canh sốt cà chua
- 2 thìa cà phê nước tương

HƯỚNG DẪN:

KHOAI LANG

a) Làm nóng lò ở nhiệt độ 425°F.

b) Trộn khoai lang với dầu. Đặt trên một tấm nướng và nướng trong 30 phút.

c) Lấy ra khỏi lò và để nguội.

NƯỚC SỐT CHUA NGỌT

d) Trộn đều bột ngô và 1 muỗng canh nước trong một cái bát nhỏ. Để qua một bên.

e) Cho dứa và ¼ cốc nước vào máy xay. Trộn cho đến khi hỗn hợp mịn nhất có thể.

f) Thêm hỗn hợp dứa, giấm gạo, đường nâu, sốt cà chua và nước tương vào nồi vừa.

g) Đun sôi trên lửa vừa cao.

h) Khuấy hỗn hợp bột ngô và nấu cho đến khi đặc lại, khoảng một phút. Tắt bếp và đặt sang một bên trong khi lắp bát.

CUỘC HỌP

i) Đặt cơm vào đáy mỗi bát. Thêm các hàng dứa, hạt điều, hạt gai dầu và khoai lang.

j) Rưới nước sốt chua ngọt lên trên.

58. Thịt lợn kebab kiểu Hawaii

THÀNH PHẦN:

- 8 xiên bằng gỗ hoặc kim loại
- 2 pound thịt thăn lợn, cắt thành khối 1 inch
- 2 quả ớt chuông đỏ lớn, bỏ lõi, làm sạch và cắt thành 8 miếng
- 1 quả ớt chuông xanh, bỏ lõi, làm sạch và cắt thành 8 miếng
- ½ quả dứa tươi, cắt thành 4 múi rồi cắt thành từng miếng vừa ăn
- ½ cốc mật ong
- ½ cốc nước cốt chanh
- 2 thìa cà phê vỏ chanh bào
- 3 tép tỏi, băm nhỏ
- ¼ chén mù tạt vàng
- 1 thìa cà phê muối
- ¼ thìa cà phê tiêu đen

HƯỚNG DẪN:

a) Nếu dùng xiên gỗ thì ngâm trong nước khoảng 15 đến 20 phút.

b) Lần lượt xiên từng xiên thịt lợn, 2 miếng ớt đỏ, 1 miếng ớt xanh và 2 miếng dứa.

c) Trong đĩa nướng 9 "x 13", trộn mật ong, nước cốt chanh, vỏ chanh bào, tỏi, mù tạt vàng, muối và hạt tiêu đen; trộn đều. Đặt kebab vào đĩa nướng và xoay để phủ nước xốt. Đậy nắp và để lạnh ít nhất 4 giờ hoặc qua đêm, thỉnh thoảng đảo mặt.

d) Làm nóng lò nướng ở nhiệt độ cao vừa phải. Nướng kebab với nước xốt; loại bỏ nước xốt dư thừa.

e) Nướng kebab trong 7 đến 9 phút hoặc cho đến khi thịt lợn không còn màu hồng, xoay thường xuyên để chín đều các mặt.

59. Thịt lợn Jerk Jamaica

THÀNH PHẦN:

- 2 pound thịt thăn lợn, cắt thành khối hoặc dải
- 3 muỗng canh gia vị giật Jamaica
- 2 muỗng canh dầu thực vật
- 2 thìa nước cốt chanh
- 2 muỗng canh nước tương
- 2 muỗng canh đường nâu
- 2 tép tỏi, băm nhỏ
- 1 thìa cà phê gừng xay
- Muối và hạt tiêu cho vừa ăn

HƯỚNG DẪN:

a) Trong một cái bát, trộn gia vị khô Jamaica, dầu thực vật, nước cốt chanh, nước tương, đường nâu, tỏi băm, gừng bào, muối và tiêu.

b) Thêm các khối hoặc dải thăn lợn vào tô và đảo đều để nước xốt phủ đều.

c) Đậy bát và để lạnh ít nhất 1 giờ hoặc qua đêm để có hương vị đậm đà hơn.

d) Làm nóng trước vỉ nướng hoặc chảo nướng trên lửa vừa cao.

e) Lấy thịt lợn ra khỏi nước xốt, rũ bỏ phần thừa.

f) Nướng thịt lợn khoảng 4-6 phút mỗi mặt hoặc cho đến khi chín và cháy thành than.

g) Ướp thịt lợn với phần nước xốt còn lại trong khi nướng.

h) Sau khi nấu chín, chuyển thịt lợn vào đĩa phục vụ và để yên trong vài phút.

i) Phục vụ món thịt lợn giật Jamaica như một món chính Hawaii cay và đầy hương vị.

j) Hãy thưởng thức hương vị khói và thơm của gia vị giật!

60.Đậu hủ cà ri xoài

THÀNH PHẦN:

- 1 khối (14 oz) đậu phụ cứng, để ráo nước và cắt thành khối
- 1 muỗng canh dầu thực vật
- 1 củ hành tây, thái lát
- 2 tép tỏi, băm nhỏ
- 1 thìa bột cà ri
- 1 thìa cà phê thì là xay
- ½ muỗng cà phê bột nghệ
- ½ muỗng cà phê rau mùi đất
- ¼ muỗng cà phê ớt cayenne (điều chỉnh theo khẩu vị)
- 1 lon (14 oz) nước cốt dừa
- 1 quả xoài chín, gọt vỏ, bỏ hạt và thái hạt lựu
- 1 muỗng canh nước cốt chanh
- Muối để nếm
- Rau mùi tươi cắt nhỏ để trang trí
- Cơm nấu hoặc bánh mì naan để phục vụ

HƯỚNG DẪN:

a) Đun nóng dầu thực vật trong chảo lớn hoặc chảo trên lửa vừa.

b) Thêm hành tây thái lát và tỏi băm vào xào trong 2-3 phút cho đến khi mềm và có mùi thơm.

c) Thêm bột cà ri, thì là xay, bột nghệ, rau mùi xay và ớt cayenne. Khuấy đều để hành, tỏi thấm gia vị.

d) Thêm đậu phụ cắt khối vào chảo và nấu trong 3-4 phút cho đến khi hơi chín vàng.

e) Đổ nước cốt dừa vào và đun nhỏ lửa.

f) Cho xoài thái hạt lựu và nước cốt chanh vào chảo, nêm muối vừa ăn.

g) Đun nhỏ lửa trong 5-6 phút cho đến khi đậu phụ nóng đều và các hương vị hòa quyện với nhau.

h) Trang trí với rau mùi tươi xắt nhỏ.

i) Phục vụ đậu phụ cà ri xoài với cơm nấu chín hoặc với bánh mì naan để có món chính Hawaii ngon miệng.

j) Thưởng thức món cà ri xoài thơm béo ngậy cùng đậu phụ mềm và gia vị thơm!

61. Salad đậu đen Vùng Caribe và xoài Quinoa

THÀNH PHẦN:

- 1 chén quinoa nấu chín, ướp lạnh
- 1 lon (15 oz) đậu đen, rửa sạch và để ráo nước
- 1 quả xoài chín, gọt vỏ, bỏ hạt và thái hạt lựu
- 1 quả ớt chuông đỏ, thái hạt lựu
- ¼ chén hành đỏ xắt nhỏ
- ¼ chén ngò tươi xắt nhỏ
- Nước ép 1 quả chanh
- 2 muỗng canh dầu ô liu
- 1 thìa cà phê thì là xay
- Muối và hạt tiêu cho vừa ăn

HƯỚNG DẪN:

a) Trong một tô lớn, trộn quinoa đã nấu chín, đậu đen, xoài thái hạt lựu, ớt chuông đỏ thái hạt lựu, hành tím xắt nhỏ và ngò tươi cắt nhỏ.

b) Trong một bát nhỏ, trộn đều nước cốt chanh, dầu ô liu, thì là, muối và hạt tiêu.

c) Đổ nước sốt lên hỗn hợp quinoa và trộn đều.

d) Điều chỉnh gia vị nếu cần.

e) Đậy bát và để lạnh ít nhất 30 phút để hương vị hòa quyện với nhau.

f) Trước khi dùng, hãy đảo nhẹ món salad để đảm bảo tất cả các thành phần được kết hợp tốt.

g) Phục vụ món salad quinoa xoài và đậu đen vùng Caribe như một món chính Hawaii tươi mát và bổ dưỡng.

h) Thưởng thức sự kết hợp giữa đậu đen giàu protein, xoài mọng nước và ngò thơm trong từng miếng ăn!

62.Gà Teriyaki Hawaii

THÀNH PHẦN:

- 4 đùi gà không xương, không da
- ¼ chén nước tương
- ¼ cốc nước ép dứa
- 2 thìa mật ong
- 2 muỗng canh giấm gạo
- 1 muỗng canh dầu mè
- 2 tép tỏi, băm nhỏ
- 1 thìa cà phê gừng xay
- Dứa lát để trang trí
- Hành lá cắt nhỏ để trang trí

HƯỚNG DẪN:

a) Trong một cái bát, trộn đều nước tương, nước ép dứa, mật ong, giấm gạo, dầu mè, tỏi băm và gừng nạo.

b) Đặt đùi gà vào đĩa cạn và rưới nước xốt lên trên. Hãy chắc chắn rằng gà được phủ đều.

c) Đậy đĩa và để lạnh ít nhất 1 giờ hoặc qua đêm để có hương vị đậm đà hơn.

d) Làm nóng trước vỉ nướng hoặc chảo nướng trên lửa vừa cao.

e) Lấy đùi gà ra khỏi nước xốt, rũ bỏ phần thừa.

f) Nướng gà khoảng 5-6 phút mỗi mặt hoặc cho đến khi chín đều và cháy thành than.

g) Ướp gà với phần nước xốt còn lại trong khi nướng.

h) Sau khi nấu chín, chuyển gà vào đĩa phục vụ và để yên trong vài phút.

i) Trang trí với những lát dứa và hành lá xắt nhỏ.

j) Phục vụ món gà teriyaki Hawaii như món chính lấy cảm hứng từ Hawaii.

k) Thưởng thức món gà mềm và thơm với lớp sốt teriyaki ngọt ngào và thơm ngon!

63.Cà ri tôm chanh dừa

THÀNH PHẦN:

- 1 pound tôm, bóc vỏ và bỏ chỉ
- 1 lon (13,5 oz) nước cốt dừa
- Nước ép và vỏ của 2 quả chanh
- 2 muỗng canh cà ri xanh kiểu Thái
- 1 muỗng canh nước mắm
- 1 muỗng canh đường nâu
- 1 quả ớt chuông đỏ, thái lát
- 1 quả bí xanh, thái lát
- 1 cốc đậu Hà Lan
- 1 muỗng canh dầu thực vật
- Rau mùi tươi để trang trí
- Cơm nấu sẵn để phục vụ

HƯỚNG DẪN:

a) Đun nóng dầu thực vật trong chảo lớn hoặc chảo trên lửa vừa.
b) Thêm bột cà ri xanh kiểu Thái vào chảo và nấu trong 1 phút cho đến khi có mùi thơm.
c) Đổ nước cốt dừa vào và khuấy đều để kết hợp với bột cà ri.
d) Thêm nước mắm, đường nâu, nước cốt chanh và vỏ chanh. Khuấy cho đến khi hòa tan.
e) Thêm ớt chuông đỏ thái lát, bí xanh và đậu Hà Lan vào chảo. Khuấy đều để rau ngấm nước sốt cà ri.
f) Đun nhỏ lửa trong 5-6 phút cho đến khi rau mềm.
g) Cho tôm vào chảo và nấu thêm 3-4 phút nữa cho đến khi tôm có màu hồng và chín.
h) Tắt bếp và trang trí với rau mùi tươi.
i) Phục vụ món cà ri tôm chanh dừa trên cơm để có một bữa ăn Hawaii đầy hương vị và thơm ngon.
j) Thưởng thức nước sốt cà ri dừa béo ngậy cùng tôm mọng nước và rau củ giòn!

64.Dê cà ri Jamaica

THÀNH PHẦN:

- 2 pound thịt dê, cắt thành khối
- 2 thìa bột cà ri Jamaica
- 1 củ hành tây, xắt nhỏ
- 3 tép tỏi, băm nhỏ
- 1 quả ớt scotch, bỏ hạt và băm nhỏ
- 1 muỗng canh dầu thực vật
- 2 cốc nước cốt dừa
- 2 cốc nước
- 2 nhánh húng tây tươi
- Muối và hạt tiêu cho vừa ăn
- Cơm nấu hoặc roti để phục vụ

HƯỚNG DẪN:

a) Trong tô, nêm thịt dê với bột cà ri Jamaica, muối và tiêu. Đảo đều để thịt ngấm đều.

b) Đun nóng dầu thực vật trong nồi lớn hoặc lò nướng Hà Lan trên lửa vừa.

c) Cho thịt dê đã tẩm gia vị vào nồi và chiên vàng đều các mặt. Lấy thịt ra khỏi nồi và đặt sang một bên.

d) Trong cùng một nồi, thêm hành tây xắt nhỏ, tỏi băm và hạt tiêu xay nhuyễn (nếu dùng). Xào khoảng 2-3 phút cho đến khi hành tây trong và có mùi thơm.

e) Cho thịt dê đã xào chín vào nồi rồi đảo đều cùng hành, tỏi.

f) Đổ nước cốt dừa và nước vào. Khuấy đều để kết hợp các chất lỏng.

g) Thêm nhánh húng tây tươi vào nồi và đun sôi hỗn hợp.

h) Giảm nhiệt xuống thấp, đậy nắp nồi và đun nhỏ lửa trong khoảng 2-3 giờ hoặc cho đến khi thịt dê mềm và có hương vị. Thỉnh thoảng khuấy đều để tránh dính.

i) Điều chỉnh gia vị bằng muối và hạt tiêu cho vừa ăn.

j) Phục vụ món cà ri dê Jamaica trên cơm nấu chín hoặc với roti để có món chính Hawaii chính thống và thịnh soạn.

k) Thưởng thức hương vị đậm đà và thơm của thịt dê tẩm cà ri!

65.Tacos cá kiểu Caribe

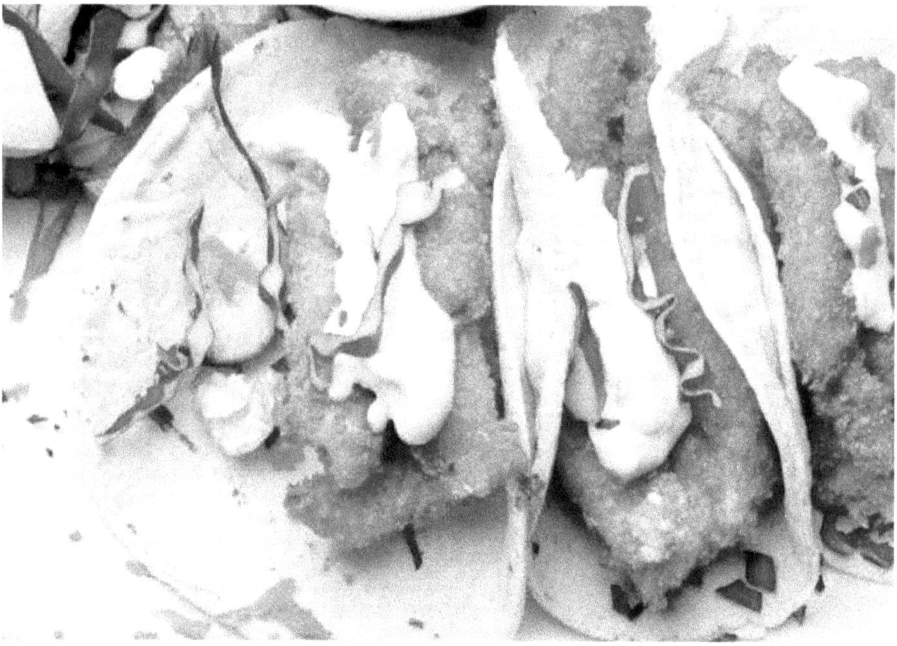

THÀNH PHẦN:

- 1 pound phi lê cá trắng (chẳng hạn như cá tuyết hoặc cá rô phi)
- ¼ chén bột mì đa dụng
- 1 muỗng canh gia vị khô vùng Caribe
- ½ muỗng cà phê muối
- ¼ thìa cà phê tiêu đen
- 2 muỗng canh dầu thực vật
- 8 bánh ngô nhỏ
- Rau diếp thái nhỏ
- Bơ cắt lát
- Rau mùi tươi cắt nhỏ
- Nêm chanh để phục vụ

HƯỚNG DẪN:

a) Trong một chiếc đĩa nông, trộn đều bột mì, gia vị khô vùng Caribe, muối và hạt tiêu đen.

b) Nhúng phi lê cá vào hỗn hợp bột, rũ bỏ phần thừa.

c) Đun nóng dầu thực vật trong chảo lớn trên lửa vừa.

d) Cho phi lê cá đã tráng vào chảo và nấu khoảng 3-4 phút mỗi mặt hoặc cho đến khi cá chín và có màu vàng nâu.

e) Lấy cá ra khỏi chảo và để yên trong vài phút.

f) Làm ấm bánh ngô trong chảo khô hoặc lò vi sóng.

g) Rắc cá đã nấu chín và chia cho bánh ngô.

h) Rắc cá với xà lách cắt nhỏ, bơ thái lát và ngò tươi xắt nhỏ.

i) Vắt nước cốt chanh tươi lên trên bề mặt.

j) Phục vụ món tacos cá kiểu Caribe như một món chính đầy hương vị và kiểu Hawaii.

k) Thưởng thức món cá giòn và dày dặn với lớp phủ tươi ngon và sống động!

66.Cá hồi tráng xoài

THÀNH PHẦN:

- 4 phi lê cá hồi
- 1 quả xoài chín, gọt vỏ, bỏ hạt và xay nhuyễn
- 2 muỗng canh nước tương
- 2 thìa mật ong
- 2 thìa nước cốt chanh
- 2 tép tỏi, băm nhỏ
- 1 thìa cà phê gừng xay
- Muối và hạt tiêu cho vừa ăn
- Rau mùi tươi cắt nhỏ để trang trí

HƯỚNG DẪN:

a) Làm nóng lò ở nhiệt độ 375°F (190°C).

b) Trong một cái bát, trộn đều xoài xay nhuyễn, nước tương, mật ong, nước cốt chanh, tỏi băm, gừng bào sợi, muối và tiêu.

c) Đặt phi lê cá hồi vào đĩa nướng và đổ men xoài lên trên. Hãy chắc chắn rằng cá hồi được phủ đều.

d) Nướng trong lò làm nóng trước khoảng 12-15 phút hoặc cho đến khi cá hồi chín và dễ dàng bong ra bằng nĩa.

e) Phết cá hồi với men một hoặc hai lần trong khi nướng.

f) Sau khi nấu chín, lấy cá hồi ra khỏi lò và để yên trong vài phút.

g) Trang trí với rau mùi tươi xắt nhỏ.

h) Phục vụ món cá hồi tráng xoài như một món chính đậm đà hương vị của Hawaii.

i) Thưởng thức món cá hồi mọng nước và ngọt ngào với lớp men xoài thơm và trái cây!

67.Cà ri rau Caribe

THÀNH PHẦN:

- 1 muỗng canh dầu thực vật
- 1 củ hành tây, xắt nhỏ
- 2 tép tỏi, băm nhỏ
- 1 quả ớt chuông đỏ, thái hạt lựu
- 1 quả ớt chuông vàng, thái hạt lựu
- 1 quả bí xanh, thái hạt lựu
- 1 củ khoai lang, gọt vỏ và thái hạt lựu
- 1 chén hoa súp lơ
- 1 lon (14 oz) nước cốt dừa
- 2 muỗng canh bột cà ri Caribe
- 1 thìa cà phê thì là xay
- 1 thìa cà phê rau mùi đất
- ¼ muỗng cà phê ớt cayenne (điều chỉnh theo khẩu vị)
- Muối và hạt tiêu cho vừa ăn
- Rau mùi tươi cắt nhỏ để trang trí
- Cơm nấu hoặc roti để phục vụ

HƯỚNG DẪN:

a) Đun nóng dầu thực vật trong chảo hoặc nồi lớn trên lửa vừa.

b) Thêm hành tây xắt nhỏ và tỏi băm vào xào trong 2-3 phút cho đến khi mềm và có mùi thơm.

c) Thêm ớt chuông đỏ và vàng thái hạt lựu, bí xanh thái hạt lựu, khoai lang thái hạt lựu và hoa súp lơ vào chảo. Khuấy đều để rau ngấm dầu.

d) Nấu trong 5-6 phút cho đến khi rau bắt đầu mềm.

e) Trong một bát nhỏ, trộn đều bột cà ri Caribe, thì là xay, rau mùi xay, ớt cayenne, muối và tiêu.

f) Rắc hỗn hợp gia vị lên các loại rau trong chảo và khuấy đều để phủ đều.

g) Đổ nước cốt dừa vào và khuấy đều để kết hợp với các loại gia vị và rau củ.

h) Đun sôi hỗn hợp và đậy nắp chảo. Để nó nấu trong khoảng 15-20 phút hoặc cho đến khi rau mềm và hương vị hòa quyện với nhau.

i) Điều chỉnh gia vị nếu cần.

j) Trang trí với rau mùi tươi xắt nhỏ.

k) Phục vụ món cà ri rau Caribe trên cơm nấu chín hoặc với bánh roti để có món chính Hawaii thịnh soạn và đầy hương vị.

l) Thưởng thức hương vị sống động và thơm của các loại rau trộn cà ri!

8.Gà giật với Nước xốt xoài

THÀNH PHẦN:

- 4 miếng ức gà không xương, không da
- 2 muỗng canh gia vị giật Jamaica
- 2 muỗng canh dầu thực vật
- Muối và hạt tiêu cho vừa ăn

MANGO NƯỚC XỐT:

- 1 quả xoài chín, gọt vỏ, bỏ hạt và thái hạt lựu
- ½ củ hành đỏ, thái nhỏ
- ½ quả ớt chuông đỏ, thái nhỏ
- ½ hạt tiêu jalapeno, bỏ hạt và sườn, thái nhỏ
- Nước ép 1 quả chanh
- 2 muỗng canh rau mùi tươi xắt nhỏ
- Muối để nếm

HƯỚNG DẪN:

a) Làm nóng lò nướng hoặc chảo nướng ở nhiệt độ trung bình cao.

b) Xoa ức gà với gia vị khô Jamaica, dầu thực vật, muối và tiêu.

c) Nướng gà khoảng 6-8 phút mỗi mặt hoặc cho đến khi chín đều và cháy thành than. Nhiệt độ bên trong phải đạt 165°F (74°C).

d) Lấy gà ra khỏi vỉ nướng và để yên trong vài phút.

e) Trong khi đó, chuẩn bị món nước xốt xoài bằng cách kết hợp xoài thái hạt lựu, hành đỏ thái nhỏ, ớt chuông đỏ thái nhỏ, ớt jalapeno thái nhỏ, nước cốt chanh, ngò tươi thái nhỏ và muối vào tô. Trộn đều để kết hợp.

f) Cắt lát thịt gà nướng và phục vụ với một thìa nước xốt xoài đậm đà ở trên.

g) Phục vụ món gà giật với nước xốt xoài như một món chính cay và kiểu Hawaii.

h) Thưởng thức gia vị đậm đà và đầy hương vị kết hợp với nước xốt xoài tươi mát và trái cây!

9.Kalua thịt lợn

THÀNH PHẦN:

- 4-5 pound thịt vai hoặc mông
- 1 muỗng canh muối biển
- 1 muỗng canh khói lỏng
- Lá chuối (tùy chọn)

HƯỚNG DẪN:

a) Làm nóng lò nướng của bạn ở nhiệt độ 325°F (163°C).
b) Dùng dao rạch vai lợn, rạch những đường nhỏ khắp thịt.
c) Xoa muối biển lên khắp miếng thịt lợn sao cho muối thấm vào từng vết cắt.
d) Rưới khói lỏng lên thịt lợn rồi chà xát đều.
e) Nếu dùng lá chuối thì gói thịt vào lá, dùng dây thừng buộc lại.
f) Đặt thịt lợn vào chảo rang và bọc chặt bằng giấy bạc.
g) Nấu thịt lợn trong lò làm nóng trước khoảng 5-6 giờ hoặc cho đến khi thịt mềm và dễ tách ra.
h) Sau khi chín, dùng nĩa xé nhỏ thịt lợn.
i) Ăn thịt lợn Kalua với cơm hấp hoặc làm nhân cho món ăn. Thưởng thức!

MÓN TRÁNG MIỆNG

70.Bánh hạt dứa Hawaii

THÀNH PHẦN:

- 8 ounce dứa nghiền
- ½ chén hạt
- 2 quả trứng
- ½ cốc bơ
- ¾ chén bột mì

HƯỚNG DẪN:

a) Đánh liên tục, cho bơ và trứng vào, trộn đều.
b) Thêm bột vào bột, khuấy đều cho đến khi hòa quyện.
c) Thêm các lát dứa đã ráo nước và các loại hạt vào và trộn đều.
d) Đổ vào chảo vuông đã phết mỡ và nướng ở nhiệt độ 355 độ trong 1 giờ.
e) Phủ kem tươi lên trên.

71.Bánh bánh ăn tráng ngôn ngữ Hawaii

THÀNH PHẦN:

- 1 gói lớn (6 phần ăn) bánh bánh ăn tráng ngôn ngữ ăn liền vani và nhân bánh
- 2 cốc sữa
- 2 muỗng canh bơ tan chảy
- 1 cốc topping đông lạnh, đã rã đông (một hộp 8 ounce tương đương 3/2 cốc)
- 1 vỏ bánh quy graham cracker đã chuẩn bị sẵn (9 inch)
- 1/2 chén dừa nạo nướng (tùy chọn)

HƯỚNG DẪN:

a) Trong một tô lớn, chuẩn bị bánh bánh ăn tráng ngôn ngữ theo hướng dẫn trên bao bì, sử dụng 2 cốc sữa. Gấp bơ và đánh bông topping sau đó đổ hỗn hợp vào vỏ bánh.
b) Làm lạnh 4 giờ, hoặc cho đến khi cứng lại.
c) Phủ dừa nướng lên trên ngay trước khi dùng, nếu muốn. Nếu bạn chỉ có sẵn 4 gói bánh bánh ăn tráng ngôn ngữ vani thì hãy mở 2 gói ra và đong ra và sử dụng 2/3 cốc hỗn hợp bánh bánh ăn tráng ngôn ngữ.

72.Pavlova trái cây Hawaii

THÀNH PHẦN:

- 4 lòng trắng trứng lớn ở nhiệt độ phòng
- 1 nhúm muối
- 225 gram đường bột
- 2 thìa cà phê bột ngô
- 1 nhúm kem tartar
- 1 muỗng cà phê giấm rượu trắng
- 4 giọt chiết xuất vani
- 2 Quả chanh dây
- Trái cây Hawaii chín như xoài; kiwi, khế và lý gai
- 150 ml Kem đôi
- 200 ml nước kem

HƯỚNG DẪN:

a) Làm nóng lò ở 150c/300f/Gas 2.

b) Lót giấy nướng chống dính lên khay nướng và vẽ một hình tròn 22 cm/9". Đối với Meringue: Đánh lòng trắng trứng và muối trong một tô lớn, sạch cho đến khi tạo thành chóp cứng.

c) Đánh mỗi lần một phần ba đường, đánh đều giữa mỗi lần thêm cho đến khi cứng và rất sáng bóng. Rắc bột ngô, kem tartar, giấm và chiết xuất vani lên trên rồi trộn nhẹ nhàng.

d) Xếp bánh trứng đường lên giấy trong vòng tròn, đảm bảo có một khoảng trống đáng kể ở giữa.

e) Cho vào lò nướng và ngay lập tức giảm nhiệt xuống 120c/250f/Gas ¼ và nấu trong 1½-2 giờ cho đến khi có màu nâu nhạt nhưng hơi mềm ở giữa. Tắt lò, để hé cửa lò và để nguội hoàn toàn.

f) Phần nhân: Cắt đôi quả chanh dây và múc lấy phần cùi. Gọt vỏ và cắt lát trái cây bạn chọn khi cần thiết.

g) Cho kem vào tô và đánh cho đến khi đặc lại, sau đó cho kem tươi vào. Bóc giấy ra khỏi pavlova và đặt nó lên đĩa.

h) Đổ hỗn hợp kem vào và xếp trái cây lên trên, hoàn thiện bằng cùi chanh dây. Phục vụ cùng một lúc.

73. Kem trái cây Margarita Hawaii

THÀNH PHẦN:

- 1 cốc đường
- 1 cốc nước ép chanh dây
- 1½ pound xoài chín, gọt vỏ, bỏ hạt và cắt hạt lựu
- Vỏ bào của 2 quả chanh
- 2 muỗng canh rượu rượu tequila Màu trắng (trắng)
- 1 muỗng canh rượu mùi cam
- 1 muỗng canh xi-rô ngô nhẹ
- ½ thìa cà phê muối kosher

HƯỚNG DẪN:

a) Trong một cái chảo nhỏ, trộn đường và chanh dây xay nhuyễn.

b) Đun sôi trên lửa vừa, khuấy đều để hòa tan

c) đường. Tắt bếp và để nguội.

d) Trong máy xay sinh tố, trộn hỗn hợp chanh dây, xoài cắt khối, vỏ chanh, rượu rượu tequila, rượu mùi cam, xi-rô ngô và muối. Xay nhuyễn cho đến khi mịn.

e) Đổ hỗn hợp vào tô, đậy nắp và để lạnh cho đến khi lạnh, ít nhất 4 giờ hoặc qua đêm.

f) Làm đông lạnh và khuấy trong máy làm kem theo hướng dẫn của nhà sản xuất.

g) Để có độ đặc mềm (theo ý kiến của tôi là tốt nhất), hãy dùng kem hấp ngay lập tức; để có độ đặc chắc hơn, hãy chuyển nó vào hộp đựng, đậy nắp và để nó cứng lại trong tủ đông từ 2 đến 3 giờ.

74.Kem Hawaii Dừa Dứa

THÀNH PHẦN:

- 1 quả trứng
- 50 gam Đường
- 250ml nước cốt dừa
- 200 ml Kem đặc
- ½ quả dứa nguyên quả Dứa tươi
- 1 rượu rum

HƯỚNG DẪN:

a) Sử dụng tô lớn nhất vì bạn sẽ trộn tất cả nguyên liệu vào cùng một tô mà bạn dùng để đánh kem.

b) Tách lòng đỏ trứng và lòng trắng. Làm bánh trứng đường cứng bằng cách sử dụng lòng trắng trứng và một nửa lượng đường. Trộn nửa đường còn lại với lòng đỏ trứng và trộn cho đến khi có màu trắng.

c) Đánh bông kem đặc cho đến khi tạo thành các chóp hơi mềm. Thêm nước cốt dừa vào và trộn nhẹ.

d) Cắt nhỏ dứa hoặc nghiền nhuyễn bằng máy xay thành hỗn hợp hơi thô.

e) Việc chuẩn bị đã hoàn tất vào thời điểm này. Không cần phải quá chính xác. Trộn tất cả mọi thứ vào tô kem tươi và nước cốt dừa. Ngoài ra, thêm meringue và trộn đều.

f) Đổ vào hộp và đông lạnh để hoàn thành. Bạn không cần phải khuấy nó giữa chừng.

g) Nếu bạn băm dứa thành một hỗn hợp mịn, kết quả sẽ mềm hơn và giống kem đích thực hơn.

h) Sau khi múc kem vào món ăn, hãy thử rưới một ít rượu rum lên. Nó có hương vị tuyệt vời, giống như một ly cocktail piña colada.

75.món ăn vặt kiểu Hawaii

THÀNH PHẦN:

- Ba lon sữa đặc 12 ounce
- 4 cốc sữa nguyên chất
- 1 cốc cộng với 2 thìa đường
- 6 Lòng đỏ trứng đánh nhẹ
- 2 muỗng canh rượu rượu trăng ngọt hoặc rượu tráng miệng
- 1 thìa cà phê Vani
- 1 cốc dâu tây cắt lát
- 12 lát bánh ngọt Ngày cũhoặc 24 lát
- Ladyfinger hoặc 36 bánh hạnh nhân
- 3 quả xoài, gọt vỏ và thái lát
- 5 quả Kiwi, gọt vỏ và thái lát
- 1 cốc nho đỏ không hạt cắt đôi

HƯỚNG DẪN:

a) Đun nóng sữa trong chảo trên lửa nhỏ.

b) Thêm 1 chén đường và lòng đỏ vào, đánh từ từ để trứng không bị vón cục.

c) Tiếp tục nấu, khuấy liên tục cho đến khi hỗn hợp trở nên đặc.

d) Đừng để nó sôi nếu không nó sẽ bị vón cục. Thêm rượu rượu trăng và vani.

e) Lấy ra khỏi nhiệt và để nguội. Kết hợp các loại quả mọng với 2 muỗng canh đường và đặt sang một bên.

f) Xếp các lát bánh lên đĩa ăn vặt.

g) Đổ một nửa sữa trứng đã nguội lên trên bánh, sau đó thêm một nửa trái cây, bao gồm cả quả mọng.

h) Thêm một lớp bánh nữa & phủ sữa trứng còn lại lên trên, sau đó là trái cây.

i) Làm lạnh cho đến khi phục vụ. Nếu muốn, hãy rắc thêm rượu rượu trăng lên trên món ăn vặt trước khi dùng.

76.Kem cuộn Hawaii

THÀNH PHẦN:

- Kem vani cuộn
- 1½ cốc xoài đông lạnh đã rã đông
- Màu thực phẩm màu vàng

PHỦ BÊN TRÊN THỨC ĂN

- Kem dừa đánh tan, rã đông
- Xoài tươi, xắt nhỏ
- Dừa nướng

HƯỚNG DẪN:

a) Chuẩn bị kem cuộn vani theo hướng dẫn, ngoại trừ việc kết hợp các thành phần trong máy xay sinh tố với 1-½ cốc xoài đông lạnh đã rã đông và pha màu thực phẩm màu vàng.

b) Che và trộn cho đến khi mịn.

c) Bánh cuộn đông lạnh phủ kem dừa rã đông, xoài xắt nhỏ và dừa nướng.

77.Mousse trái cây Hawaii

THÀNH PHẦN:

- 1 cốc nước ép dứa không đường
- 1 cốc nước ép quả mọng hữu cơ tươi
- 1 cốc kem tươi không đường

HƯỚNG DẪN:

a) Đun nóng ở nhiệt độ cao.

b) Giảm lửa vừa và đun nhỏ lửa, khuấy liên tục trong 5 phút cho đến khi hỗn hợp đặc lại.

c) Hủy bỏ nhiệt và nguội hoàn toàn.

d) Trộn kem đã đánh bông vào hỗn hợp nước trái cây đã nguội.

e) Múc thành 6 món ăn riêng và để trong tủ lạnh cho đến khi nguội.

78. Nước ép trái cây Hawaii

THÀNH PHẦN:

- 2 cốc trái cây Hawaii chín gọt vỏ và cắt nhỏ
- 1 cái lyxi rô đường
- 2 quả chanh
- 1 cốc sữa nguyên chất hoặc sữa bơ

HƯỚNG DẪN:

a) Nghiền hoặc xay trái cây Hawaii, sau đó lọc qua rây mịn nếu bạn thích có kết cấu mịn.

b) Đánh đều xi-rô đường, vỏ nghiền mịn của 1 quả chanh, nước cốt của cả hai và sữa.

c) Đổ vào hộp đựng đông lạnh và đông lạnh, sử dụngphương pháp trộn tay, vỡ ra hai hoặc ba lần trong quá trình đóng băng.

d) Đông lạnh cho đến khi cứng lại, sau đó múc thành từng nửa vỏ dứa nhỏ hoặc dùng làm món ăn và rắc hạt nhục đậu khấu mới xay.

e) Ăn kèm với các loại trái cây Hawaii nhỏ như vải thiều, nho hoặc dừa tươi nướng vụn.

f) Kem này có thể được đông lạnh lên đến 1 tháng.

g) Lấy ra khỏi tủ đông 10 phút trước khi dùng để làm mềm.

79.Kem que xoài dừa chia

THÀNH PHẦN:

- 2 quả xoài chín, gọt vỏ và bỏ hột
- 1 cốc nước cốt dừa
- 2 muỗng canh mật ong hoặc xi-rô cây phong
- 2 thìa hạt chia

HƯỚNG DẪN:

a) Trong máy xay sinh tố, trộn xoài chín, nước cốt dừa và mật ong hoặc xi-rô cây thích.

b) Trộn cho đến khi mịn và kem.

c) Khuấy hạt chia và để hỗn hợp trong 5 phút để hạt chia đặc lại.

d) Đổ hỗn hợp xoài dừa chia vào khuôn kem que.

e) Chèn que kem và để đông trong ít nhất 4 giờ hoặc cho đến khi đông cứng hoàn toàn.

f) Sau khi đông lạnh, lấy kem ra khỏi khuôn và thưởng thức kem que xoài dừa chia Hawaii vào một ngày nắng nóng!

80.Kem nấu chín Xoài Dừa

THÀNH PHẦN:

- 1 cốc xoài xay nhuyễn
- 1 cốc nước cốt dừa
- ¼ cốc đường
- 1 muỗng cà phê chiết xuất vani
- 2 thìa cà phê bột gelatin
- 2 muỗng canh nước

HƯỚNG DẪN:

a) Trong một cái bát nhỏ, rắc gelatin lên trên mặt nước và để gelatin nở trong 5 phút.

b) Trong chảo, đun nóng xoài xay nhuyễn, nước cốt dừa, đường và chiết xuất vani trên lửa vừa cho đến khi bắt đầu sôi.

c) Tắt bếp và cho gelatin đã nở vào trộn đều cho đến khi tan hoàn toàn.

d) Đổ hỗn hợp vào ly phục vụ cá nhân hoặc ramekins.

e) Làm lạnh ít nhất 4 giờ hoặc cho đến khi đông lại.

f) Ăn lạnh và trang trí với những lát xoài tươi hoặc dừa vụn.

81.Bánh nướng Piña Colada

THÀNH PHẦN:

- 1 ½ chén bột mì đa dụng
- 1 ½ thìa cà phê bột nở
- ¼ thìa cà phê muối
- ½ chén bơ không muối, làm mềm
- 1 cốc đường cát
- 2 quả trứng lớn
- 1 muỗng cà phê chiết xuất vani
- ½ cốc nước ép dứa đóng hộp
- ¼ cốc nước cốt dừa
- ¼ chén dừa vụn

HƯỚNG DẪN:

a) Làm nóng lò nướng ở nhiệt độ 350°F (175°C) và lót khuôn bánh nướng xốp bằng giấy lót bánh nướng nhỏ.

b) Trong một cái bát, trộn đều bột mì, bột nở và muối.

c) Trong một tô lớn riêng biệt, đánh bơ và đường cùng nhau cho đến khi mịn và nhạt.

d) Đánh từng quả trứng vào, tiếp theo là chiết xuất vani.

e) Đổ dần các nguyên liệu khô vào nguyên liệu ướt, xen kẽ với nước ép dứa và nước cốt dừa.

f) Gấp dừa vụn vào.

g) Chia đều bột vào các khuôn lót bánh cupcake.

h) Nướng trong 18-20 phút hoặc cho đến khi cắm tăm vào giữa và thấy tăm sạch.

i) Lấy ra khỏi lò và để bánh nướng nguội hoàn toàn.

j) Phủ kem bơ dừa lên trên và trang trí bằng những miếng dứa và dừa vụn.

82.Niềm đam mê Mousse trái cây

THÀNH PHẦN:

- 1 cốc cùi chanh dây (đã lọc để loại bỏ hạt)
- 1 cốc kem đặc
- ½ cốc sữa đặc có đường
- ½ muỗng cà phê chiết xuất vani
- Hạt chanh dây tươi để trang trí (tùy chọn)

HƯỚNG DẪN:

a) Trong tô trộn, đánh kem đặc cho đến khi tạo thành chóp mềm.

b) Trong một bát riêng, trộn bột chanh dây, sữa đặc có đường và chiết xuất vani. Trộn đều.

c) Nhẹ nhàng trộn kem đã đánh bông vào hỗn hợp chanh dây cho đến khi hòa quyện.

d) Đổ hỗn hợp vào ly phục vụ hoặc ramekins.

e) Làm lạnh ít nhất 2 giờ hoặc cho đến khi đông lại.

f) Trước khi dùng, trang trí với hạt chanh dây tươi nếu muốn.

g) Thưởng thức hương vị nhẹ nhàng và đậm chất Hawaii của mousse chanh dây.

83.Xôi xoài

THÀNH PHẦN:

- 1 chén gạo nếp (gạo nếp)
- 1 cốc nước cốt dừa
- ½ chén đường cát
- ¼ thìa cà phê muối
- 2 quả xoài chín, thái lát
- Hạt vừng rang để trang trí (tùy chọn)

HƯỚNG DẪN:

a) Vo gạo nếp dưới nước lạnh cho đến khi nước trong.

b) Trong một cái chảo, trộn gạo đã vo sạch, nước cốt dừa, đường và muối.

c) Nấu hỗn hợp trên lửa vừa thấp, khuấy thường xuyên cho đến khi gạo hấp thụ chất lỏng và trở nên dính và mềm (khoảng 20-25 phút).

d) Tắt bếp và để nguội một chút.

e) Dọn xôi xoài bằng cách đặt một ụ xôi vào đĩa hoặc tô và xếp xoài cắt lát lên trên.

f) Rắc thêm mè rang để có thêm hương vị giòn và hấp dẫn.

84.Bánh phô mai ổi

THÀNH PHẦN:

ĐỐI VỚI LỚP VỎ:

- 1 ½ chén vụn bánh quy graham
- 1/4 cốc bơ tan chảy
- 2 muỗng canh đường cát

ĐỐI VỚI ĐIỀN:

- 24 ounce (680g) kem phô mai, làm mềm
- 1 cốc đường cát
- 3 quả trứng lớn
- 1 muỗng cà phê chiết xuất vani
- 1 cốc bột ổi, đun chảy và để nguội

ĐỐI VỚI BÊN TRÊN ổi:

- 1 cốc nước ép ổi hoặc nước ép ổi
- 1/4 chén đường cát
- 1 muỗng canh bột bắp
- 1 muỗng canh nước

HƯỚNG DẪN:

a) Làm nóng lò nướng của bạn ở nhiệt độ 325°F (163°C). Bôi mỡ vào chảo dạng lò xo 9 inch (23 cm) và đặt sang một bên.

b) Trong một tô vừa, trộn vụn bánh quy graham, bơ tan chảy và đường cát để làm vỏ bánh. Trộn đều cho đến khi hỗn hợp giống như cát ướt.

c) Nhấn đều hỗn hợp vụn vào đáy khuôn dạng lò xo đã chuẩn bị sẵn. Dùng mặt sau của thìa hoặc ly có đáy phẳng ấn mạnh xuống.

d) Trong một tô trộn lớn, đánh kem phô mai và đường cát với nhau cho đến khi mịn và như kem. Thêm từng quả trứng vào, đánh đều sau mỗi lần thêm. Khuấy chiết xuất vani.

e) Đổ hỗn hợp ổi tan chảy và nguội vào hỗn hợp kem phô mai và đánh cho đến khi kết hợp tốt. Hãy chắc chắn rằng không có cục u.

f) Đổ nhân bánh phô mai lên lớp vỏ trong chảo dạng lò xo. Làm mịn phần trên bằng thìa.

g) Đặt khuôn dạng lò xo lên khay nướng để tránh bất kỳ rò rỉ nào có thể xảy ra trong quá trình nướng. Nướng trong lò làm nóng trước khoảng 55-60 phút, hoặc cho đến khi các cạnh se lại và phần giữa hơi lắc lư.

h) Lấy bánh phô mai ra khỏi lò và để nguội đến nhiệt độ phòng. Sau đó, để trong tủ lạnh ít nhất 4 giờ hoặc qua đêm để đông cứng hoàn toàn.

i) Trong khi bánh pho mát đang nguội, chuẩn bị phần phủ ổi. Trong một cái chảo, trộn nước ép ổi xay nhuyễn hoặc nước ép ổi, đường cát, bột bắp và nước. Khuấy đều để hòa tan bột ngô.

j) Đặt chảo lên lửa vừa và nấu, khuấy liên tục cho đến khi hỗn hợp đặc lại và sôi nhẹ. Hủy bỏ nhiệt và để nguội.

k) Sau khi bánh pho mát đã nguội hoàn toàn và đông lại, hãy lấy bánh ra khỏi khuôn dạng lò xo. Đổ phần phủ ổi lên trên bánh pho mát, trải đều.

l) Cho bánh phô mai vào tủ lạnh khoảng 1 giờ để lớp phủ ổi đông lại.

5. Bánh dứa úp ngược

THÀNH PHẦN:

ĐỐI VỚI TOPPING:

- ¼ cốc bơ không muối
- ⅔ cốc đường nâu đóng gói
- 1 lon (20 oz) lát dứa, để ráo nước
- Quả anh đào để trang trí

ĐỐI VỚI BÁNH:

- 1 ½ chén bột mì đa dụng
- 2 thìa cà phê bột nở
- ½ muỗng cà phê muối
- ½ chén bơ không muối, làm mềm
- 1 cốc đường cát
- 2 quả trứng lớn
- 1 muỗng cà phê chiết xuất vani
- ½ cốc nước ép dứa

HƯỚNG DẪN:

a) Làm nóng lò nướng ở nhiệt độ 350°F (175°C) và bôi mỡ vào khuôn bánh tròn 9 inch.

b) Trong chảo, làm tan bơ để làm lớp phủ trên lửa vừa.

c) Khuấy đường nâu cho đến khi hòa tan và sủi bọt.

d) Đổ hỗn hợp vào khuôn bánh đã phết dầu mỡ, dàn đều.

e) Xếp các lát dứa lên trên hỗn hợp đường nâu. Đặt quả anh đào maraschino vào giữa mỗi lát dứa.

f) Trong một cái bát, trộn đều bột mì, bột nở và muối cho bánh.

g) Trong một tô lớn riêng biệt, đánh bơ và đường cùng nhau cho đến khi mịn và nhạt.

h) Đánh từng quả trứng vào, tiếp theo là chiết xuất vani.

i) Dần dần thêm nguyên liệu khô vào nguyên liệu ướt, xen kẽ với nước ép dứa.

j) Đổ bột lên các lát dứa trong chảo bánh.

k) Nướng trong 40-45 phút hoặc cho đến khi cắm tăm vào giữa và thấy tăm sạch.

l) Lấy ra khỏi lò và để bánh nguội trong chảo trong 10 phút.

m) Úp bánh lên đĩa phục vụ, cẩn thận lấy chảo ra.

n) Phục vụ bánh dứa úp ngược ở nhiệt độ phòng hoặc ở nhiệt độ phòng, có lớp phủ dứa caramen bên trên.

6.dừa bánh hạnh nhân

THÀNH PHẦN:

- 2 ⅔ chén dừa vụn
- ⅔ cốc sữa đặc có đường
- 1 muỗng cà phê chiết xuất vani

HƯỚNG DẪN:

a) Làm nóng lò ở nhiệt độ 325°F (163°C) và lót khay nướng bằng giấy da.

b) Trong một cái bát, trộn dừa vụn, sữa đặc có đường và chiết xuất vani. Trộn đều cho đến khi kết hợp hoàn toàn.

c) Sử dụng một muỗng canh hoặc muỗng bánh quy, thả các khối hỗn hợp dừa tròn lên khay nướng đã chuẩn bị sẵn, đặt chúng cách nhau khoảng 2 inch.

d) Nướng trong 15-18 phút hoặc cho đến khi các cạnh có màu vàng nâu.

e) Lấy ra khỏi lò và để bánh hạnh nhân nguội trên khay nướng trong vài phút.

f) Chuyển bánh hạnh nhân sang giá lưới để nguội hoàn toàn.

g) Tùy chọn: Rưới sô cô la tan chảy lên bánh hạnh nhân đã nguội để tăng thêm vị ngọt và hương vị.

h) Phục vụ bánh hạnh nhân dừa như một món tráng miệng Hawaii thú vị và dai.

7.Kem Dứa Dừa

THÀNH PHẦN:

- 2 cốc nước cốt dừa đóng hộp
- 1 chén dứa nghiền nát, để ráo nước
- ½ chén đường cát
- 1 muỗng cà phê chiết xuất vani

HƯỚNG DẪN:

a) Trong máy xay sinh tố hoặc máy chế biến thực phẩm, kết hợp nước cốt dừa, dứa nghiền, đường và chiết xuất vani. Trộn cho đến khi mịn và kết hợp tốt.

b) Đổ hỗn hợp vào máy làm kem và khuấy theo hướng dẫn của nhà sản xuất.

c) Sau khi kem đạt đến độ sệt mềm, hãy chuyển kem vào hộp có nắp đậy.

d) Làm đông kem trong vài giờ hoặc cho đến khi cứng lại.

e) Dọn kem dừa dứa vào bát hoặc nón và thưởng thức hương vị Hawaii.

8.bánh bánh ăn tráng ngôn ngữ cơm dừa

THÀNH PHẦN:

- 1 chén gạo hoa nhài
- 2 cốc nước
- 2 cốc nước cốt dừa
- ½ chén đường cát
- ½ muỗng cà phê muối
- ½ muỗng cà phê chiết xuất vani
- Dừa nướng để trang trí (tùy chọn)

HƯỚNG DẪN:

a) Trong một cái chảo, kết hợp gạo hoa nhài và nước. Đun sôi, sau đó giảm nhiệt xuống thấp, đậy nắp và đun nhỏ lửa trong khoảng 15 phút hoặc cho đến khi gạo chín và ngấm nước.

b) Thêm nước cốt dừa, đường cát, muối và chiết xuất vani vào cơm đã nấu chín. Khuấy đều để kết hợp.

c) Nấu hỗn hợp trên lửa vừa thấp, thỉnh thoảng khuấy trong 15-20 phút hoặc cho đến khi gạo hấp thụ nước cốt dừa và bánh bánh ăn tráng ngôn ngữ đặc lại.

d) Tắt bếp và để nguội một chút.

e) Phục vụ bánh bánh ăn tráng ngôn ngữ cơm dừa ấm hoặc ướp lạnh.

f) Trang trí với dừa vụn nướng để tăng thêm kết cấu và hương vị.

9.Bánh dừa xoài

THÀNH PHẦN:

ĐỐI VỚI LỚP VỎ:

- 1 ½ chén vụn bánh quy graham
- ¼ cốc đường cát
- ½ cốc bơ không muối, tan chảy

ĐỐI VỚI ĐIỀN:

- 2 chén xoài chín
- 1 cốc nước cốt dừa
- ½ chén đường cát
- ¼ cốc bột ngô
- ¼ thìa cà phê muối
- ½ chén dừa vụn
- Xoài cắt lát để trang trí (tùy chọn)

HƯỚNG DẪN:

a) Làm nóng lò nướng ở nhiệt độ 350°F (175°C) và bôi mỡ vào chảo bánh tart 9 inch.

b) Trong một cái bát, trộn vụn bánh quy graham, đường cát và bơ tan chảy để làm vỏ bánh. Trộn đều.

c) Nhấn hỗn hợp vỏ bánh vào đáy và các thành của chảo bánh tart, tạo thành một lớp đều.

d) Nướng vỏ bánh trong 10 phút, sau đó lấy ra khỏi lò và để nguội.

e) Trong máy xay sinh tố hoặc máy chế biến thực phẩm, xay các khối xoài cho đến khi mịn.

f) Trong một cái chảo, trộn đều nước cốt dừa, đường cát, bột ngô và muối để làm nhân.

g) Đun hỗn hợp trên lửa vừa, khuấy liên tục cho đến khi đặc lại và sôi.

h) Tắt bếp và cho xoài xay và dừa vụn vào trộn đều.

i) Đổ nhân xoài dừa vào vỏ bánh nướng.

j) Làm mịn phần trên bằng thìa.

k) Nướng thêm 15-20 phút hoặc cho đến khi phần nhân chín và các cạnh vàng đều.

l) Lấy ra khỏi lò và để nguội hoàn toàn trong chảo.

m) Sau khi nguội, để lạnh ít nhất 2 giờ để làm lạnh và đông kết.

n) Trước khi dùng, trang trí với xoài thái lát nếu muốn.

o) Cắt lát và phục vụ bánh tart xoài dừa như một món tráng miệng kem và kiểu Hawaii.

90.Kem trái cây chanh đu đủ

THÀNH PHẦN:

- 2 chén đu đủ chín
- ½ chén đường cát
- ¼ cốc nước
- Nước ép của 2 quả chanh
- Vỏ chanh để trang trí (tùy chọn)

HƯỚNG DẪN:

a) Trong máy xay sinh tố hoặc máy chế biến thực phẩm, xay các khối đu đủ cho đến khi mịn.

b) Trong một cái chảo, kết hợp đường và nước. Đun trên lửa vừa cho đến khi đường tan hoàn toàn, tạo thành một loại xi-rô đơn giản.

c) Tắt bếp và để xi-rô đơn giản nguội đến nhiệt độ phòng.

d) Trong một cái bát, trộn đu đủ đã trộn và nước cốt chanh.

e) Khuấy xi-rô đơn giản cho đến khi kết hợp tốt.

f) Đổ hỗn hợp vào máy làm kem và khuấy theo hướng dẫn của nhà sản xuất.

g) Chuyển kem vào hộp có nắp đậy và đông lạnh trong vài giờ hoặc cho đến khi cứng lại.

h) Phục vụ kem chanh đu đủ trong bát hoặc hình nón.

i) Trang trí với vỏ chanh để tăng thêm hương vị cam quýt.

91. Bánh ăn tráng ngôn ngữ chuối dừa

THÀNH PHẦN:

- 3 quả chuối chín lớn
- 1 lon (13,5 oz) nước cốt dừa
- ½ chén đường cát
- ¼ cốc bột ngô
- ¼ thìa cà phê muối
- 1 muỗng cà phê chiết xuất vani
- ½ chén dừa vụn để trang trí (tùy chọn)

HƯỚNG DẪN:

a) Trong máy xay sinh tố hoặc máy chế biến thực phẩm, xay chuối chín cho đến khi mịn.

b) Trong một cái chảo, trộn đều nước cốt dừa, đường cát, bột bắp và muối.

c) Đun hỗn hợp trên lửa vừa, khuấy liên tục cho đến khi đặc lại và sôi.

d) Tắt bếp và cho chuối đã trộn và chiết xuất vani vào khuấy đều.

e) Đổ bánh bánh ăn tráng ngôn ngữ chuối dừa vào bát hoặc ramekins.

f) Để trong tủ lạnh ít nhất 2 giờ hoặc cho đến khi nguội và đông lại.

g) Trước khi ăn có thể trang trí thêm dừa nạo nếu thích.

h) Thưởng thức hương vị kem và Hawaii của bánh bánh ăn tráng ngôn ngữ chuối dừa.

92.Dứa Dừa Vụn

THÀNH PHẦN:

ĐỐI VỚI ĐIỀN:

- 4 cốc dứa tươi
- ¼ cốc đường cát
- 2 muỗng canh bột bắp
- 1 thìa nước cốt chanh tươi

ĐỐI VỚI TUYỆT VỜI:

- 1 cốc bột mì đa dụng
- ½ chén đường cát
- ½ cốc bơ không muối, tan chảy
- ½ chén dừa vụn

HƯỚNG DẪN:

a) Làm nóng lò ở nhiệt độ 350°F (175°C) và bôi mỡ lên đĩa nướng.

b) Trong một cái bát, trộn các miếng dứa, đường cát, bột ngô và nước cốt chanh để làm nhân. Trộn đều cho đến khi dứa được phủ đều.

c) Đổ nhân dứa vào đĩa nướng đã phết dầu mỡ.

d) Trong một bát riêng, trộn bột mì đa dụng, đường cát, bơ tan chảy và dừa vụn để làm lớp phủ vụn. Trộn cho đến khi hỗn hợp giống như vụn thô.

e) Rắc đều lớp vụn vụn lên trên phần nhân dứa trong đĩa nướng.

f) Nướng trong 30-35 phút hoặc cho đến khi mặt trên có màu nâu vàng và nhân dứa sủi bọt.

g) Lấy ra khỏi lò và để nguội một chút.

h) Phục vụ món dừa vụn dứa ấm với một muỗng kem vani hoặc một ít kem tươi để có món tráng miệng Hawaii thú vị.

COCKTAIL, LẮC VÀ SINH TƯỢNG

3. Món lắc bình minh Hawaii

THÀNH PHẦN:

- 1 cốc sữa hạnh nhân hoặc nước
- 2 muỗng bột protein vani
- ½ quả chuối
- ½ cốc dứa
- ½ cốc sữa chua Hy Lạp
- stevia để nếm thử
- một vài viên đá

HƯỚNG DẪN:

a) Xay đến khi mịn.
b) Nếm và điều chỉnh đá hoặc nguyên liệu nếu cần.

4.Hawaii xanh

THÀNH PHẦN:

- 2 ounce Rượu vodka
- 2 ounce nước cốt dừa
- 1 ounce nước cốt chanh
- Nhúm đường
- Dấu gạch ngang Curacao

HƯỚNG DẪN:

a) Trong bình lắc cocktail, trộn rượu vodka, nước cốt dừa, nước cốt chanh, đường và Curacao.

b) Lắc.

5.Margarita Hawaii

THÀNH PHẦN:

- 2 ounce rượu rượu tequila
- Nước cốt chanh 1 ounce
- Nước cam 1 ounce
- Nước ép dứa 1 ounce
- ½ ounce xi-rô đơn giản
- Nêm chanh và muối để làm viền (tùy chọn)

HƯỚNG DẪN:

a) Nếu muốn, hãy viền kính bằng muối bằng cách chà một miếng vôi quanh viền và nhúng nó vào muối.

b) Làm đầy li với những viên đá.

c) Thêm rượu rượu tequila, nước cốt chanh, nước cam, nước ép dứa và xi-rô đơn giản vào bình lắc.

d) Lắc kỹ.

e) Lọc hỗn hợp vào ly đã chuẩn bị đầy đá.

f) Trang trí bằng một lát chanh.

g) Phục vụ và thưởng thức!

6. Mojito xoài Mojito

THÀNH PHẦN:

- 1 quả xoài chín, gọt vỏ và cắt hạt lựu
- Nước cốt chanh 1 ounce
- Xi-rô đơn giản 1 ounce
- 6-8 lá bạc hà tươi
- Nuoc soda
- Miếng xoài và nhánh bạc hà để trang trí

HƯỚNG DẪN:

a) Trong ly, trộn các khối xoài với nước cốt chanh và xi-rô đơn giản.
b) Thêm đá viên và lá bạc hà rách vào.
c) Đổ nước soda lên trên.
d) Khuấy động nhẹ nhàng.
e) Trang trí với một lát xoài và nhánh bạc hà.
f) Hãy phục vụ và thưởng thức món mocktail sảng khoái này!

7.nước cốt dừa

THÀNH PHẦN:

- 1 cốc nước dừa
- ¼ cốc nước cốt chanh
- 2 muỗng canh xi-rô đơn giản
- Lát chanh và lá bạc hà để trang trí

HƯỚNG DẪN:

a) Trong bình, trộn nước dừa, nước cốt chanh và xi-rô đơn giản.
b) Khuấy đều để trộn.
c) Thêm đá viên vào ly phục vụ.
d) Đổ nước cốt dừa lên đá trong mỗi ly.
e) Trang trí bằng lát chanh và lá bạc hà.
f) Khuấy nhẹ nhàng trước khi phục vụ.
g) Hãy thưởng thức hương vị tươi mát và thơm ngon của loại mocktail chanh Hawaii này!

8. Sangria Hawaii

THÀNH PHẦN:

- 1 chai rượu vang trắng
- 1 cốc nước ép dứa
- ½ cốc nước cam
- ¼ cốc rượu rum
- 2 muỗng canh xi-rô đơn giản
- Các loại trái cây Hawaii
- Câu lạc bộ soda (tùy chọn)
- Lá bạc hà để trang trí

HƯỚNG DẪN:

a) Trong một bình lớn, trộn rượu vang trắng, nước ép dứa, nước cam, rượu rum và xi-rô đơn giản.
b) Khuấy đều để trộn.
c) Thêm trái cây Hawaii thái lát vào bình.
d) Để trong tủ lạnh ít nhất 1 giờ để hương vị hòa quyện.
e) Để phục vụ, hãy đổ sangria Hawaii vào ly chứa đầy đá.
f) Nếu muốn, hãy thêm một chút soda câu lạc bộ để tạo bọt.
g) Trang trí bằng lá bạc hà.
h) Nhâm nhi và thưởng thức sangria Hawaii thơm ngon và trái cây!

9. Dưa hấu chanh mát

THÀNH PHẦN:

- 2 cốc dưa hấu tươi, cắt hạt lựu
- Nước ép của 2 quả chanh
- 2 thìa mật ong
- 1 cốc nước có ga
- Dưa hấu cắt lát và nhánh bạc hà để trang trí

HƯỚNG DẪN:

a) Trong máy xay sinh tố, xay dưa hấu tươi cho đến khi mịn.

b) Lọc nước ép dưa hấu vào bình để loại bỏ bã.

c) Thêm nước cốt chanh và mật ong vào bình.

d) Khuấy đều để hòa tan mật ong.

e) Ngay trước khi dùng, thêm nước có ga vào bình và khuấy nhẹ.

f) Đổ nước làm mát chanh dưa hấu vào ly chứa đầy đá.

g) Trang trí với lát dưa hấu và nhánh bạc hà.

h) Nhấm nháp và thưởng thức loại nước mát Hawaii sảng khoái và dưỡng ẩm này!

0.Trà Xanh Xoài

THÀNH PHẦN:

- 2 cốc trà xanh đã pha, để nguội
- 1 chén xoài chín
- 1 muỗng canh mật ong (tùy chọn)
- Khối nước đá
- Những lát xoài để trang trí

HƯỚNG DẪN:

a) Trong máy xay sinh tố, xay các khối xoài chín cho đến khi mịn.

b) Trong bình, trộn trà xanh đã pha và xoài xay nhuyễn.

c) Khuấy đều để trộn.

d) Nếu muốn, có thể thêm mật ong để làm ngọt trà.

e) Đổ đầy ly phục vụ bằng đá viên.

f) Đổ trà xanh xoài lên đá trong mỗi ly.

g) Trang trí với lát xoài.

h) Khuấy nhẹ nhàng trước khi phục vụ.

i) Hãy thưởng thức hương vị Hawaii của món trà xanh xoài tươi mát này!

PHẦN KẾT LUẬN

Khi kết thúc hành trình ẩm thực này, chúng tôi hy vọng rằng "Hương vị của Aloha: Sách dạy nấu ăn Hawaii đỉnh cao" đã khơi dậy niềm đam mê ẩm thực Hawaii của bạn và truyền cảm hứng để bạn mang hương vị của những hòn đảo vào nhà bếp của mình. Hương vị, mùi thơm và truyền thống của Hawaii thực sự độc đáo và chúng tôi khuyến khích bạn tiếp tục khám phá và thử nghiệm các công thức cũng như kỹ thuật được chia sẻ trong sách dạy nấu ăn này.

Cho dù bạn đang chuẩn bị một bữa tiệc truyền thống của Hawaii cho một dịp đặc biệt, chế biến lại một món ăn yêu thích từ kỳ nghỉ trên đảo của mình hay truyền vào bữa ăn hàng ngày của mình một chút tinh thần aloha, mong rằng cuốn sách nấu ăn này sẽ là người bạn đồng hành đáng tin cậy của bạn. Tận hưởng hương vị sôi động của Hawaii, tôn vinh di sản ẩm thực đa dạng của nơi đây và để tinh hoa của hòn đảo làm phong phú thêm trải nghiệm ăn uống của bạn.

Khi bạn bắt tay vào cuộc phiêu lưu ẩm thực của riêng mình, hãy nhớ thưởng thức từng miếng ăn và chia sẻ niềm vui ẩm thực Hawaii với những người thân yêu của bạn. Hương vị của aloha có tác dụng gắn kết mọi người lại với nhau, tạo ra những kỷ niệm lâu dài và nuôi dưỡng cảm giác ấm áp và hiếu khách.

Vì vậy, hãy thu thập nguyên liệu, thỏa sức sáng tạo và để hương vị của Hawaii đưa bạn đến một nơi có rất nhiều mặt trời, biển và tinh thần aloha. Chúc bạn nấu ăn vui vẻ và chúc nhà bếp của bạn tràn ngập hương thơm khó cưỡng và hương vị sống động của Quần đảo Hawaii!

Milton Keynes UK
Ingram Content Group UK Ltd.
UKHW020620291123
433416UK00016B/1204